'तत्त्वविलास' या ग्रंथाच्या नवव्या पटलात 'श्रीदिगंबरानुचरें। बहुग्रंथ केले बत्तवरे। निजभक्त कर्माचार। संप्रदायें विचारे राखिले ॥१६॥ अशी नोंद आज सापडते

शके १७१७ मध्यें रचलेल्या 'भक्तमंजरीत' दिनकर कवीनें दासोपंताच्या जीवनचरित्राची माहिती एका अध्यायात दिलेली आहे यांत विशेषता एवढीच की दिनकर दासोपंताना अंबजोगाईचेच समजतो, बुटेदरडींत त्याची तपश्चर्या आणि साक्षात्कार वर्णन करतो 'अंबजोगाई सिद्धस्थळ। तेथें माता योगेश्वरी वेल्हाळ। मुकुंद मुनी आदि सकळ। सिद्धि पावले ॥' अशा अंबेजोगाइतच त्यानी दासोपंताचे जीवन वर्णन केलेले आहे

वरील सर्व उल्लेख जीवनचरित्र या दृष्टीनें पूर्ण असे नाहीत ते दासोपंतांचें जीवनसंदर्भ आहेत चरित्र या दृष्टीनं झालेला पहिला व भरघोस प्रयत्न म्हणजे 'महाराष्ट्र कवि' मासिकात श्री. वि ल भावे यानी छापलेलें 'श्रीदासोपंतचरित्र हा होय प्रस्तुत ओवीबद्ध चरित्राची 'एकच' प्रत श्री भाव्याना, श्री श्रीधर अवधूत देशपांडे याच्याकडून मिळाली होती हीत मात्र दासोपंताच्या जीवनाचा बाल्यपण, तारुण्य आणि अंबेजोगाईला येऊन स्थायिक होण्यापर्यंतचा भाग आलेला आहे

इ स १९-७ मध्यें याच चरित्राची टीपा आणि इतर संदर्भसुद्धा इंग्रजी भाषांतरित आवृत्ति श्री जस्टिन इ ॲबट यानी आपल्या 'The Poet saints of Maharashtra' या मालेतील ८ व्या पुस्तकात प्रकाशित केली

याखेरीज त्रोटक स्वरूपात दासोपंताची चरित्रें, श्री ज र अजगावकर याच्या संतकविचरित्रमालेत, डॉ केतकर याच्या ज्ञानकोशात, श्री चित्रावशास्त्र्याच्या चरित्रकोशात, श्री भावे याच्या महाराष्ट्र सारस्वतात, आणि श्री पांगारकर याच्या मराठी वाङ्मयाच्या इतिहासात आलेलीं आहेत

श्री भावे आणि श्री. ॲबट याचीं चरित्रें

अंबेजोगाईच्या श्री श्रीधर अवधूत देशपांडे याच्याकडून मिळालेल्या प्रतीवरूनच 'महाराष्ट्र कवीत' दासोपंताचे पहिले ओवीबद्ध आणि विस्तृत असे चरित्र आपणापुढें आले श्री ॲबटनी हेंच चरित्र प्रत्यक ओवीच्या इंग्रजी भाषांतरासुद्धा प्रकाशित केले परंतु मूळ हस्तलिखितातील उणीवा बऱ्याच होत्या एकूण ओवीसंख्या ७७८ असली तरी त्यापैकी ७७० ओव्यात अनुसूयेचेच चरित्र वर्णन करण्यात आलेले आहे त्यात कुठेंहि अध्याय किंवा प्रकरणवारी अशी नाही या चरित्राचा कर्ता कोण तेंही त्यात समजत नाही 'It is unfortunate that the only manuscript of the Dasopant charitra in known existance is incomplete Perhaps sometime the remaining portion may be found and with it the name of the Author ' असा उल्लेख श्री अॅबट यांनी आपल्या प्रस्तावनेंत केलेला आहे प्रस्तुतच्या चरित्राबद्दल श्री पागारकर यांनी ' ते अविश्वसनीय आणि बनावट आहे ' असें आपलें मत दिलेलें आहे

उपलब्ध नवीन प्रत

बावगी (बेदर) येथील दासोपंतांच्या वंशजाकडे चरित्रविषयक माहिती मिळवीत असतांना तेथील शिष्योत्तम श्री लक्ष्मणराव आप्पासाहेब देशपांडे चिटगोपेकर यांच्याकडून याच ओंवीबद्ध चरित्राची एक प्रत आम्हांला मिळाली या प्रतीचें वैशिष्टय हें आहे की हींत १२ अध्याय पाडलेले आहेत आणि कविनामाचा उल्लेखहि पण आहे मात्र दुर्दैवानें ही प्रत देखील पूर्ण अशी नाहीं शवटचा १२ वा अध्याय अपूर्ण असल्यानें पुढील किती अध्याय गहाळ झाले याची कल्पना करणे कठीण आहे श्री भावे आणि श्री अॅबट यांनी प्रकाशित केलेल्या चरित्रांतील ७७८ ओंव्या थोडयाफार फरकानें हींत आहेतच पण त्याखरीज ७१७ ओंव्या हींत अधिक आहेत प्रत्येक अध्यायाचा प्रारंभ आणि शेवट हा स्वतंत्र उपक्रमोपसंहारानें करण्यात आलेला आहे 'हे प्रथरूप समाधी । तुम्हा निरंतर प्राप्त असे त्रिशुद्धी । यास्तव तुमचे चरणारविंदी । होतसे मिलिंद हनुमदात्मजें ।। (११–८१) हे श्रीमाच सिंह्याद्रि शिखर । येथें तिष्ठे श्रीदिगंबर । त्या दिगंबराचे अभय कर । इच्छितसे हनुमदात्मज ।। (१०–७८) श्रोते तुम्ही सहजानंद मूर्त । तुमचे कृपेनें दिगंबर प्राप्ती । यास्तव शरणागत आपणाप्रति । हनुमदात्मज अनन्य ।। (५–९९) अशा प्रकारें प्रत्येक अध्यायांत कवीनें आपल्या नावाचा उल्लेख केलेला आहे इतीश्री दासोदिगंबर चरित्र । सवज्ञ करी श्रवण मात्र । प्रीति पावो श्रीयोगेश्वर । (अमुक) अध्याय गोड हा ।। अशी प्रत्येक अध्यायाची समाप्तिओंवी आहे

हा हनुमदात्मज कोण.

प्रस्तुत चरित्राचा कवि 'हनुमदात्मज' कोण असावा याची आजतरी कांही माहिती मिळत नाहीं असें म्हणतात की पूर्वी बेदरला 'रोट्यावाले' या आडनांवाचें एक घराणें नांदत होतें त्यापैकी एकानें प्रस्तुत ग्रंथ रचिला शोध घेता बेदरला आज हें घराणेंहि नाहीं आणि कुणाला त्यासंबंधी कांही माहितीहि नाहीं म्हणजे प्रस्तुत चरित्राचा कर्ता केवळ नावानेंच आज आपणापुढें आहे मात्र तो बेदर प्रांताचा असावा असें सिद्ध करणारे पुरावे चरित्रांत आहेत 'त्यानीच याला सरक्षी' हे विशिष्ट वाक्यप्रयोग याची ग्वाही देतात 'मार्तंड माझा कुळदैवत' असा ज्या प्रेमपुरनायकाचा उल्लेख कवीनें आपलें कुलदैवत म्हणून केला आहे तें मल्लारीचें स्थानहि बेदरच्या जवळचें 'मैलार' हेंच असून या प्रांतांत त्याची ख्यातीहि आहे

उपलब्ध प्रतीचें वैशिष्टय

नारायणपेठ येथें जन्मल्यापासून अंबेजोगाईस येण्यापर्यंतची कथा दोन्ही चरित्रप्रतीत असली तरी प्रस्तुतच्या हस्तलिखितात काही भाग महत्वाचा आहे भावे आणि अॅबट प्रतीत 'नारायणपेठचे देशपांडिये। नाम ज्याचे दिगंबररायें। पार्वती त्याची भार्या निश्चयें ॥ असे सांगितल्यानंतर पुढच्याच ओवींत 'त्याचे उदरी अवधूत। अवतरले पुत्ररूपे असा उल्लेख करून दासोपंताचे जन्मप्रकरण संपविले आहे परंतु या नवीन प्रतीत त्यापुढें 'कोण तिथि कोण वार। कोण शक कोण संवत्सर। तें ऐकावे सविस्तर। कृपा करून दीनावरी' असे लिहिल्यानंतर पुढील संस्कृत श्लोकहि दिलेला आहे —

> शकेऽग्नि मुनि वेदेंदु गणिते परिधाविनें।
> अब्देसितेनभस्थेस्यें पक्षोष्टम्या तिथौ दिनें ॥
> विधौ विधूदये चार्द्रा व्दितीय चरणे भुवि।
> श्रीगुरोर्नररूपेण स्वभक्तेष्वभ्यवातरत् ॥

या संस्कृत श्लोकानंतरहि 'शके चौदाशें तिरव्याहत्तर। परिधावी नाम संवत्सर। भाद्रपद कृष्ण अष्टमी इंदुवार। आर्द्रानक्षत्र द्वितीय चरण ॥ अर्ध रात्री चंद्रोदय। तत्समयों श्रीगुरुरायें। अवतरले निश्चयें। मानवरूप भक्तास्तव ॥' अशा दोन ओव्या लिहून पुढें '१४७३ भाद्रपद व ८' असा स्पष्ट व निःशंक उल्लेखहि केलेला आहे।

बादशहाचे देणें श्रीदत्तात्रयानें भरले आणि दासोपंताची सुटका झाली ही आख्यायिका सर्वप्रसिद्ध आहेच दामाजी पंताच्या विठ्या महाराप्रमाणेंच दासोपंताचा हा दत्ताजी पाडेवार होता दोन्ही प्रतीत ही आख्यायिका आहेच मात्र या प्रतींत भक्तविजयातील दामाजीपंताच्या कथेचा संदर्भहि कवीनें दिलेला आहे ते कथा भक्तविजयी विस्तार। लिहिली असे निर्धार। मतितार्थ तया आधारें। सहज लिहिणें पैं प्राप्त ॥ (४–३९)

प्रकाशित प्रतीत अनुसूयेच्या तोंडी एक 'पाळणा' घातलेला आहे तोहि या प्रतीत नाही

प्रस्तुत प्रतीचें प्रामाण्य

सामान्यतः संतचरित्रात आख्यायिकांना स्थान असतेच याहि चरित्रात तसा प्रकार आहे दासोपंत आपल्या घरून निघाल्यानंतर माहूरला कसे गेले तेथून साक्षात्कार झाल्यानंतर नांदेड वगैरे गावें करीत राक्षसभुवनला कसे आले इत्यादि सर्व माहिती चरित्रकारानें दिलेली आहे अद्भुततेचा भाग वजा केल्यानंतरहि प्रस्तुतच्या चरित्रानें दासोपंताच्या व्यावहारिक जीवनाची आपणास पुष्कळच माहिती मिळते अशा स्थितीत श्री पांगारकरांनीं याला ' अविश्वसनीय आणि बनावट '* का म्हणावे

ते आमच्या लक्षात येत नाही राक्षसभुवनला मिळालेल्या ज्या पादुकाचा कवि उल्लेख करितो त्या आजहि देवघरी आहेत ज्या डाकुळगी गावाचा उल्लेख या चरित्रांत आहे त्या गावचे श्री कृष्णाजीपंत कुळकर्णी यांचे वंशज आजहि तेथें असून त्याना मिळालेली दत्तमूर्ति ही आज तेथें पहावयाला मिळते याच मूर्तीचे श्रीदत्तमंदिर बांधण्यांत आले असून तेथील पूजाअर्चेची व्यवस्था श्री लक्ष्मणराव आप्पासाहेब देशपांडे यांच्याच नियंत्रणाखाली होत आहे असे असूनहि प्रस्तुतचे चरित्र बनावट आणि अविश्वसनीय का, तें काही कळत नाही

दासोपंत–कीर्तनाख्यान

कीर्तनोपयोगी म्हणून रचलेले एक आख्यानहि असेंच उपलब्ध झाले आहे वृत्त जातीत याची रचना आहे काव्य अगदीच सामान्य असे आहे दासोपंताच्या जन्मापासून त्यांचे अंबजोगाईस येणं व मिनोपंत देशपांड्याना अनुग्रह होणें इतका कथाभाग यात आहे यातहि दासोपंताचा जन्मकाळ 'शक चवदासे निरयाहत्तर । भाद्रे कृष्ण अष्टमी थोर । रात्र सत्तावीस दोन प्रहर । जन्म झाला चंद्रवारीं ।।' असा दिलेला आहे शेवटीं निर्याणाचा उल्लेखहि 'पंध्राशें सदतिस शकीं षष्ठी ती कृष्ण माघ मासाची । सपवि अवतारांला ' असा केलेला आहे दासोपंताच्या समाधिस्थानाचा उल्लेखहि 'मुकुंदराज नाथबुटी संनिध होतसे पंत समाधीच ।' असा केला आहे गोविंद योगिराज देशपांडे यांनी रचलेले हे आख्यान गेल्या पिढीतील आहे

इतर कागदपत्रें

दासोपंताच्या घराण्यात अंबेजोगाई येथ देवघरातून कागदपत्रें आहेत परंतु त्यावरून दासोपंताच्या जीवनचरित्राची माहिती मिळणे कठीण आहे दासोपंताच्या नंतर त्यांच्या वंशजांत झालेली वाटणीपत्रके, त्याना जहागीर आणि इनामाच्या मिळालेल्या सनदा, अभयपत्रें इत्यादि त्यात आहेत त्यावरून दासोपंताच्या वंशजाची माहिती कळते या सनदादेखील, मलिकंबर, छत्रपति श्रीशिवाजी महाराज, श्रीछत्रपति संभाजी व शाहु महाराज श्रीमंत पेशवे बाजीराव, बाळाजी बाजीराव व माधवराव इत्यादिकांच्या आहेत परंतु त्यात प्रत्यक्ष दासोपंतासंबंधी काही माहिती नाही

दासोपंतांचें जन्मस्थान

चरित्रसाधनाचा प्रपंच वरीलप्रमाणें केल्यानंतर अजूनहि एका मुद्याचा ऊहापोह करावासा वाटतो दासोपंतांचे जन्मस्थान म्हणून नारायणपेठचा उल्लेख सर्वांनी केलेला आहे क्वचित् एखादा उल्लेख 'नारायण खेड' असाहि येतो मध्ययुगीन चरित्र कोशात तो 'नारायणगाव' असा आहे यापैकी खरें कोणतें हा प्रश्नच आहे सर्वांनीं

हलेख केलेले 'नारायणपेठ हे गाव हैदराबाद राज्याच्या महबूबनगर जिल्ह्यात आहे तो प्रांत तेलंगणचा आहे प्रत्यक्ष नारायणपेठ गावात आजहि काही विद्वान अशीं ब्राह्मण घराणीं आहेत परंतु त्यातील कुणाहि पुरुषास दासोपंताच्या नावाची माहितीहि नाहीं आपल्या प्रांतात कुणीतरी असा एखादा महापुरुष होता याची मुळीच वार्ता त्याना नाही अर्थात् आज तरी नारायणपेठला काहीहि माहिती मिळण्याची शक्यता नाही

दुसरे नारायणखेड हे गाव बेदरपासून १० कोसावर असून तेथेंहि दासोपंता-संबंधी काही माहिती आज सापडत नाहीं नारायणखेडला देशमुख देशपांडे आणि कुलकर्णीपणाची वतनें एकाच घराण्यात असल्याने आज त्याचाच विस्तार सर्व मुलुखभर पसरलेला आहे या घराण्यातील मूळ पुरुषाला संतति नव्हती म्हणून तो तीर्थयात्रेला निघाला वाटेंत अंबजोगाईला मुक्काम पडला असताना तेथील देशपांडे घराण्यातील एक चुणचुणीत मुलगा त्यानें दत्तक घेतला नारायणखेड येथील त्याचे आजचे देशपांडे घराणे याच दत्तक मुलाचे वंशज आहेत असे म्हणतात त्यांची गोत्रें हि एकच आहेत अंबेजोगाईचे देशपांडे दासोपंताचे शिष्य आहेत यावरून नारायणखेडशी दासोपंताचा संबंध पोचतो

तिसरें नारायणगाव' ह अभावानेंच असल्यानें त्याच्यासंबंधी विचार करावयाचे कारण नाहीं बेदर परगण्यात नारायणपेठ हे गाव अजूनतरी सापडत नाही

अशा स्थितीत दासोपंताचे जन्मस्थान असलेले नारायणपेठ कोणते हा प्रश्न अनिर्णित असाच राहतो

यिका

दासोपंताच्या जीवनात आख्यायिकांची रेलचेल असते त्याच्या जीवनचरित्राचा ऐतिहासिक आधार म्हणून जरी त्याचे प्रामाण्य संशयास्पद असले तरी विरुद्ध पुराव्याच्या अभावीं, मागोवा घेण्याइतपत त्याची कास धरणे अयोग्य ठरणार नाही दासोपंताच्या जीवनात तसे पहाता आख्यायिका फार कमीच आहेत बेदरशहाच्या कैदेतून दासोपंताची सुटका ही प्रमुख आख्यायिका सर्वांनी मान्य केलेली आहे अंबेजोगाईला स्थायिक राहिल्यानंतर त्यांचे जीवन आत्मसंतुष्ट बनले आणि साहित्याच्या निर्मितीतच त्याचा व्यय झाला अशा स्थितीत असंभाव्य आख्यायिकांची निर्मिति होणे हे अशक्य होते व्यक्तिशः त्यांच्या अनुग्रहाने कुणाला काही अनुभव आले असतील तर आज त्याहि माहितीची वाणच आहे अशा स्थितींत आख्यायिकांच्या आधारानेंच आपणास दासोपंताचे चरित्र पहावे लागेल असे समजण्याचे कारण नाहीं

दासोपंताच्या जीवनचरित्राची साधनें ही अशा प्रकारची आहेत

एवढ्या सर्व माहितीचा मागोवा घेतल्यानंतर दासोपंताच्या जीवनचरित्राविषयी काय माहिती मिळते ती आता आपण पाहू या

दासोपंतांचें चरि

बेदर परगण्यातील नारायणपेठचे देशपांडे दिगंबरपंत आणि त्यांची पत्न पार्वतीबाई यांच्या पोटीं शके १४७३ भाद्रपद वद्य ८ सोमवारी मध्यरात्री दासोपंतांचे जन्म झाला घरी गजांत लक्ष्मीचें वैभव होतें पांचव्या वर्षी अतिशय धूमधडाक्या उपनयनसमारंभ केला त्या काळच्या पद्धतीप्रमाणे यांचें नांव दासोदिगंबर असें पडर याच सुमारास बेदर प्रांतात दुष्काळ पडला लोक अन्नावाचून त्रस्त झाले दिग पंतानीं भूतदयेच्या भावनेने सरकारी खडाचे धान्य गरीबांना वाटून प्रजेचे पा केले परंतु सरकारी रकमेचे पोतें कशानें भरणार? वेळवर भरणा न झाल्य बादशहाचे बोलावणे आले दिगंबरपंत आणि दासोपंत दोघेंहि बेदरला गले भू दयेच्या गोष्टीनीं बादशहाचे मन वळणें अशक्य होतें 'एक महिन्यांत थकलेली ब चुकती करा नसता दासोपंतास मुसलमान केले जाईल' अशी ताकीद मिळा बादशहाच्या कैदेंत ओलीस म्हणून दासोपंत राहिले दिगंबरपंत दुःखी अंतःकर नारायणपेठला परत आले

दासोपंताची सतेज व पाणीदार मुद्रा बादशहाला फार आवडली आपल्या धम एक चांगली भर पडणार याचा त्याला आनंद झाला कैदेंत असेपर्यंत दररोज १ ची नेमणूक त्याने दासोपंतासाठी करून दिली बेदरला झरणी नृसिंहाचे जागृत स्थान आहे दासोपंत सकाळीं उठून तेथें जात प्रातर्विधि, स्नान व उपासना उरक मिळालेला १ रु दान करून टाकीत आजूबाजूला असलेल्या शेतकरी आदि लो या बालयोग्याचे हें दृश्य पाहून पूज्य बुद्धि उत्पन्न झाली एक महिन्य बिच्याऱ्यावर धर्मांतराची आपत्ति कोसळणार या विचारानें सर्वांना हळहळ वाट सत्पुरुषाचा पाठीराखा परमेश्वर अशी गोष्ट होऊ देणार नाहीं असाहि म आशावाद त्यांना वाटत होता

महिना संपत येत होता बादशहाचा आनंद ओसंडून वहात होता इतर ज हळहळ वाढत होती दिगंबरपंत मातबर होते परंतु एक महिन्यात दोन लक्ष रक उभारणी तशा दुष्काळी परिस्थितीत त्यांनाहि अशक्य होती आपला मुलगा आप कामचा उरला आपण आपल्या हाताने त्याला काळाच्या तोंडात निरविले त्यांना वाटून ते सारखे दुःख करीत होते तर पार्वतीबाईंच्या डोळ्यांतून अ सततधार अखंड वहात होती

महिना संपावयास काही दिवस उरले होते बादशहानें स्थानिक हिंदु मुसल प्रतिष्ठितांची सभा बोलाविली दिलेल्या मुदतीत रक्कम आली तर ठीक आहे नसत मुलगा मुसलमान बनेल आणि त्यानंतर आपलें हें कृत्य अन्यायाचें म्हणून कुणाल म्हणता येणार नाही अशी आपली न्याय्य बाजू बादशहानें मांडली

महिना आजच संपणार दरबारात 'दमाजी नाईकाराने' दिगंबरपंत बहाची दोन लक्ष रुपयाची रक्कम भरणा केली स्थानिक जनतेचा आनंद गग

ाबत नव्हता बादशहालाहि दुसरा काही पर्याय उरला नव्हता त्याने ताबडतोब पालखी आणविली आणि दासोपताना सन्मानपूवक नारायणपेठला पाठवून दिले दासोपताना सन्मानपूर्वक आलेलें पाहून दिगबरपत आणि पार्वतीबाई याना अत्यत ाश्चर्य वाटलें परतु दत्ताजी पाडेवाराची माहिती झाल्यानतर प्रेमाश्रूनीं सर्वांचे डोळे ाहारू लागले

या प्रकारानें दासोपताच्या मनाची शानि नाहींशी झाली त्या काळच्या पद्धती- सप्रमाणे त्याचा विवाहहि झालेला होता परतु ' षोडश वर्षं या देहास । नाही पाहिला कुठो जगदीश ॥ ' अशी अतरगात तीव्र तळमळ जाणवू लागली ' गजात लक्ष्मी त्याचे तारी । सर्व लक्षणयुक्त भार्या सुदरी ॥ ' सर्व काही होते परतु जीवनाची सार्थकवेळ काशातुरतेनें साद घालीत होती नश्वरतेची जाणीव वाढत होती शाश्वत सुखाकडे डोळे देशप्रले होते एके दिवशीं मध्यरात्रीं आपल्या शयनागारातून कोणाला नकळत त्यानीं ताल्स्थान ठेविलें

आरभी हिलाल्पूरला आले तेथून डाकोळगीला गल्या वेळी तेथील कुळकर्णी ष्णाजीपत यानी या बालयोग्याचे दर्शन घेऊन अनुग्रहाची प्रार्थना केली ' हे पुढें ईल मनोरथ ' असे त्याला ाून स्वारी तेथून निघाली प्रम्पूरला येऊन कुलदैवताचे कार्यन घेतलें गोदामातेच्या नाभिस्थानी नदिग्रामास आले काही दिवस त्या पुण्यपावन नाचा लाभ घेतला तेथून मातापूरला गले श्रीदत्तजननी अनुसूयेची आराधना ी सह्याद्रि शिखरावर आरोहण केले आणि त्या श्रीदत्ताच्या सिध्दस्थानावर चर्येला प्रारभ केला एक ना दोन बारा वर्षेपर्यंत ही तपस्या चालू होती साधनची ाता झाली दृष्टात झाला की ' गगातीरी राक्षसभुवनला वाळवटात पादुकाचा प्रसाद ल तो स्वीकारून कार्यभाग करावा श्रीदत्तात्रयाचे ध्यान करीत अनुष्ठान वले राक्षसभुवनचा रस्ता धरिला पुन्हा तेथे गोदेचे स्नान झालें वाळवटात या ठिकाणी वाळू बाजूला करिताच पादुका सापडल्या धन्यतेचा आनद ओसडू ला अवधूताचे दर्शन झाले तेथेंहि काही काळ साधना केली

डाकुळगीला जाऊन कृष्णाजीपताना कृतार्थ केले त्याना श्रीदत्तात्रयाची मूर्ति ी वाणीसगमी येऊन कांही काळ तेथें काढला आता चिंता नाहीशी झाली तानें नाहलेल्या सोन्याचा दिवस त्याच्या जीवनात उजाडलेला होता

दासोपताच्या एकाएकी नाहींसे होण्यानें दिगबरपत–पार्वतीबाई आणि दासोपताची नी याच्या दुःखाला सीमा राहिली नव्हती प्रतीक्षेत काळ जाऊ लागला वर्षे ली दासोपताचा थाग ना पत्ता १२–१५ वर्षे गेली त्या काळच्या पद्धतीप्रमाणे े नाहीसा झाल्यानतर १२ वर्षांनी सौभाग्यचिन्हाचा त्याग करणे दासोपत्नीस । ीला आवश्यक झाले दिगबरपतानी या धर्मकृत्यासाठी आपल्या सरजासावि- गोसावी ीसगमाचे प्रस्थान ठेविले

गगेच्या पलीकडे दिगबरपताचा पडाव होता अलीकड बाघेश्वराच्य

पावन
जन
उप
यान
पतां
केले
बाव
दर्व
लुक
बाद
नार

एक
ची
स्थां
मिळ
या
विच्या
रम्पु
आता
१
हल्ल

दासोपताचा मुक्काम होता योगायोग मोठा चमत्कारिक खरा ! आप उरकीत असताना या ररस्थ पाहुण्याना दासोपतानी पाहिले पुण्यायुष्य। चावळल्या ही मडळी येथें का आली असावी याचाहि अदमास त्या सहजगत्या त्या सरजामापैकी एकाला मागितले, ' आपल्या यजमानाना स कार्यासिद्धीं येथे आपण आम्हा आहा ते कार्य मध्यार रामित करावे ' त्व आणि सामर्गिक जनास आश्चर्य वाटले कणापकर्णी ही वार्ता यजमानापय

यजमानानी जानमीचे मूळ आश्चर्यकारीपणे शोधून काढले देवळात दासोपताची आणि त्यान्च्या मानारि-याची भट झाली परमे अग छन्ब पाहून सर्वांना आनदाचे भरते आले दिगबरपतानी पुण्याला घर आग्रह केला परतु दासोपत आता आईबापाचें पुत्रच केवळ नव्हते ते पर बनलेले होते स्वानद साम्राज्याचे अधिकारी होते त्यानीं नारायणपेठला सूचना अमान्य केली मात्र तीहि नम्रपणें दिगबरपतानी आपल्या आम्ही तुला सोडून राहू शकत नाहींत' असं म्हटल्यावर त्यानी माता पित याना ठेवून घेतले आपल्या कारभाराम बोलाविले, आणि अ प-या मतांचे, वतनदारीच दानपत्र त्याच्या नावे लिहून देऊन त्याला प सांगितले आपल्या वशातील कुणीहि पुढें नारायणपेठला जाणा कामा नट ठरवून दिला

काही दिवसांनी अबेजोगाईचा आदेश आला निकडे निघाले ख्याति वाढत होतीच अभ्यास देऊन गावाच्या मध्यभागी असलेल्या देवालयात मुक्काम ठेवला

त्या वेळी अबजोगाईचे देशपांडे सिवोपत होते धर्मपरायण असू स्याच्यात नव्हती दृष्टिभेट होताच माझी समाधि जो लावील त करणार ! असा त्याचा सकल्प होता नेहमीप्रमाणे स्वारी आपल्या देवदर्शनास निघाली होती गणपतीचे दर्शन घेतले परतता पाहुणे केली दासोपताची दृष्टिभेट झाली तोच काय चमत्कार ' सिवोपत ते बडप्राय आडवे झाले घटकाभराने सावध होऊन दासोपना अबेजोगाइत दासोपतांचे पहिले व प्रमुख शिष्य ते बनले

सिवोपतानी आपल्या गुरूची सर्व व्यवस्था लावून दिली दास सुपली त्याचे जीवन स्थिर झाले यापुढील आयुष्य आपल्या इच्छेप्रमाणे त्यानीं अबेजोगाईलाच व्यतीत केले

पूजन उ अबेजोगाईतील दासोपताचे जीवन म्हणजे मराठी शारदेचा म स्नानाची उ शासना इत्यादि चालवीत आपल्या लेखनशाळेत बसून त्यानी आत्मबाबयाची सेक दालने समृद्ध केली इंग्रेज ऊनू पंथाच्या वजना , हा त्याचा नित्यक्रम सप्रदाय परपरा निर्माण झा

उथाण आले गीतार्थचंद्रिका पौर्णिमेच्या पूर्णतेजानें तळपू लागली उपनिषदाचीं भाष्याचे पेहराव केले पदार्थवात परमपावन परमेश्वर विहार करू लागला

वयाचीं ६४ वर्षे झाली शके १५३७ माघ वद्य ६ ला श्रीदत्तात्रयाच्या पुण्य-स्वरूपात ते विलीन झाले मुकुंदराज च्या वाटवर श्रीनृसिंहतीर्थावर दासोपतांची प्रशस्त समाधि आजहि या आठवणी सागत उभी आहे

पाचवे वर्षी मुंज १६ व्या वर्षी गृहत्याग १०।१२ वर्षे तपश्चर्या आणि प्रवास ५ ते ४० व्या वर्षापर्यंत अंबजोगाईस येणे, आणि त्यानतर अखंड दोन तपें मराठी शारदेची अविरत सेवा व्यक्ति स्वार्थावर पाणी सोडून समाजकल्याणासाठी आपली लेखणी आमरण झिजवीत जगण्याचे असिधाराव्रत दासोपतानी स्वीकारले आणि तें यशस्वीपणें पाळले मराठीच्या संतपरंपरेत दासोपताचे स्थान आपल्या वैशिष्ट्यानें कायमचे अमर राहील

ासोपंतांचे वंशज

दासोपताचे कायम वास्तव्य अंबेजोगाईलाच झाले त्याचे निर्याणहि तेथच झाले येथेंहि त्याच्या वंशजाच्याकडे ज्येष्ठत्वाचा मान आला सिद्धोपत देशपांडे यानी दासोपंत परलोकवासी झाल्यानंतर अंबेजोगाईची सबंच देशपांडे घराणीं दासोपंताची वंश-परंपरेने शिष्य बनली महाराष्ट्र कवीत माहिती देताना गीतार्णवाच्या पहिल्या भागाची एकच प्रत आम्हाला दासोपंताचे विद्यमान वंशज श्रीधर अवधूत देशपांडे यांच्याकडून मिळाली' असा श्री भावे यानी उल्लेख केला आहे

दिलेली वस्तुस्थिति ध्यानात घेता प्रस्तुतचे श्रीधर अवधूत देशपांडे हे दासोपंताच्या शिष्यपरंपरेंत येतात वंशपरंपरेंत नव्हे हे सहज लक्षात येण्यासारखं आहे एवढें मात्र निश्चित की याच श्रीधर अवधूत देशपांड्याच्याकडे दासोपंताची हस्तलिखितें पुष्कळशा काळापासून पडून होती त्याचे सरक्षण आस्थेनी तरी त्यानीच केलेले आहे

दासोपंताच्या वंशजाच्या दोन शाखा बावगी (बेदर प्रांत) आणि चंद्रपूर (नागपूर प्रांत) अशा प्रसिद्ध असून परळीवैजनाथ येथेंहि त्याची तशीच एक शाखा आहे आहे दासोपंतांच्या पासून कितव्या पिढीला या शाखा वेगवेगळ्या झाल्या याहि मागोवा मिळणे आपणास शक्य आहे

बावगी घराण्याच्या संग्रही जें कागदपत्र पहावयास मिळालें, त्यातील एका बाडात उल्लेख आहे

'श्रीदेवदत्तात्रयाय नम । दासोपंतजी स्वामियासी मुख्य याम्हि पुत्र ।। वडील अजी उपनाव अक्का ।। धाकटे उपनाव अबा ।। दत्ताजी गोसावियास पुत्र २ ।। आनद गोसावी दासोबा गोसावी ।। आनद गोसावी नकल ।। दासोबा गोसावि-यास विश्वभर गोसावी यास पुत्र तिघंजन ।। दासोबा गोसावी आनद गोसावी गीतार्णव।स्यन गोसावी ।।'

अशा प्रकारची माहिती देऊन आनद गासावी याच्या नावापुढें 'बावगो वगै, आणि कमलनयन गोसावी याच्या नावापुढें 'याचे वशे चद्रपुरात असे' असा उल्लें आहे

दत्ताजी गोसाव्याच्या पुत्रापकी योगिराज गोसावी 'याचे विस्तार परळीत अ असाहि उल्लेख करण्यात आला आहे

वरील माहितीवरून दासोपताच्या वशजाची वेगवेगळी घराणी केव्हा बन याचा अजमास आपणास करता येतो

दासोपताच्या या मूळ घरात जीं कागदपत्रें आणि यांच्या नकला आप मिळतात त्यात सनदा, अभयपत्रें इत्यादि आहेत त्यात मलिकबर याची म 'दत्ताजी दिगबर गोसावी महानुभाव साकिन कसबें मार' याच्या नावची, शकर पडित सचिव याचें अभयपत्र दासोबा गोसावी याच्या नावचे अशी असून इतर काग पत्रातहि विशेषता आहेच

राज्याभिषेक शके ३२ पार्थिवनाम सवत्सरेचे एक पत्र क्षत्रियकुलावतस श्रीराजा शिवछत्रपती याचे आहे त्यात दासोबा गोसाव्याच्या इनामी गावाला कुणी तोशीस न द्यावी अशी आज्ञा आहे ते लिहितात गोसावी याच्या इनामास उपसर्ग द्यावया तुम्हास गरज काय ' हे रीत स्वामीस मानत नाही हें जाणून + + + + त्याम एक जर्रा उपसर्ग न देणे फिरोन बोभाट आलिया स्वामीस मानणार नाही ताकीद असे '

दुसरें एक पत्र राज्याभिषेक शके ५८ प्लवगनाम सवत्सरेचे क्षत्रियकुलावतस राजा शभु छत्रपती स्वामी याचे विश्वभर देवाजी गोसावी याच्या नावाचे आहे त्यातहि वरीलप्रमाणेंच ताकीद करण्यात आलेली आहे

राज्याभिषेक शके ५६ सौम्यनाम सवत्सरे क्षत्रियकुलावतस श्रीराजा शाहु-छत्रपती याचे विश्वंभर देवाजी गोसावी यांना नूतन इनाम दिल्यासबधींचे एक पत्र आहे

अशा प्रकारे श्रीमत बाजीराव बल्लाळ प्रधान याचें देवाजी गोसावी याच्या नावचे श्रीमत बाळाजी बाजीराव प्रधान याचे 'श्रीहरिभक्तपरायण सर्वज्ञ स्वामी गोसावी वश दासो दिगबर सप्रदाय श्री दत्तात्रय गोत्र गाल्व सूत्र आपस्तब वास्तव्य क्षेत्र अबेजोगाई' याच्या नांवचें, श्री जानोजी भोसले याचे, कृष्णशाम गोसावी शास्त्री याच्या नावचे, श्रीमत माधवराव बल्लाळ प्रधान याचे श्रीकृष्णशाम बिन कमलनयन शास्त्री उपनाम गोसावी याच्या नावचे, श्रीमत माधवराव नारायण प्रधान याचे कृष्णशाम गोसावी याच्या नावचे, अशी आणि इतरहि कितीतरी पत्रें अबेजोगाईस आज पहावयास मिळतात

दासोपताच्या वशजातहि ग्रथरचना आणि काव्यनिर्मिति झाली असण्याचा सभव आहे बावगीच्या बाडात एक प्रात स्मरण स्तोत्र आलेलें आहे त्याच्या खालीं नोंद

'इनिश्री दिगंब.नुचाम्मजाव.रज विरचिने' धावरून या घराण्यानें सरस्वतीची था पुढेंहि चालू ठेवली असल्याचें दिसनें परतु आजतरी यापैकी कुणाचेहि लिखाण पलब्ध झालेलें नाही कदाचित् भविष्यकाळात अधिक माहिनी हातीं यईल अशी ज आपण आशा करू या

अबेजोगाईचें थोरलें आणि धाकटें देवघर

दामोपताचे वास्तव्य अबेजोगाईस झाल्यापासून आणि तेथील प्रमुख नागरिकाचे पद त्याच्याकडे आल्यापासून त्याच्या घराला देवघर असें म्हणण्याची प्रथा पडली आज अबेजोगाईला हीं देवघरें दोन आहेत एक थोरले आणि दुसरें धाकटे या नावा-वरून कुणीहि सहज कल्पना करील की,वडील मुलाच्या वशाचें घर थोरले देवघर असेल, व धाकटचा मुलाच्या वशाचे घर धाकटें देवघर असेल परतु वस्तुस्थिति अशी नसून ती सर्वस्वी उलट मात्र आहे धाकटचा मुलाचे घर हें थोरले देवघर असून वडील मुलाचें घर हें धाकटे देवघर आहे याचे कारणहि तसेंच गमतीचे आहे ज्या वेळी दासोपताच्या दोन मुलात वाटण्या होण्याची वेळ आली, त्या वेळी रीतीप्रमाणें वडील भावाने इस्टेटीचे दोन समान वाटे करावयाचें आणि धाकटचा भावानें त्यापैकीं एक स्वीकारून राहिलेला वडील भावाने घ्यावयाचा अशी वाटणीची पध्दति असल्याने, वडील मुलाने इस्टेटीचे दोन भाग केले त्यात त्य नें दूरदर्शित्वाने प्रापचिक महत्त्वाच्या वस्तु एका भागात ठेविल्या आणि देव्हारा' दुसरा विभाग म्हणून ठेविला धाकटचा मुलाने वाटणी उचलताना चाणाक्षपणा केला त्यानें प्रापचिक वस्तुपेक्षा देव्हाऱ्याला अधिक महत्त्व देऊन तो उचलला अस्सल देव्हारा धाकटचा मुलाकडे गेल्यानें शिष्य परपरेला ते घर अधिक जवळचे झालें देव तेथें भक्त यावयाचेच आणि म्हणून देव्हारा असलेले हें वस्तुत धाकटें घर थोरले बनलें आणि वडील भावाचें घर हे धाकटें बनलें

वाटणी होताना दासोपताचे ग्रथहि वाटले गेले आणि तेहि अर्धे अर्धे अशा स्वरूपात म्हणूनच आज कुठेंच सपूर्ण प्रत मिळणें अशक्य होतें भाऊबदकी महाराष्ट्रा-च्या हाडीमासी खिळलेली आहे व्यवहारी आणि राजकारणी लोकापुरताच तिचा पगडा आहे असें नव्हे आनदाची गोष्ट एवढीच की आजच्या श्रीदिगबरस्वामी आणि श्रीयशवतस्वामी या थोरल्या आणि धाकटचा देवघरच्या विद्यमान अधिपतीनी आपल्या पूर्वजाचा ज्ञानाचा वारसाच तेवढा आपल्यापर्यंत स्वीकारला भाऊबदकीला स्थान दिले नाहीं म्हणून सर्वांचे सबध अतिशय प्रेमाचे असे आहेत दासोपताच्या ग्रथाचा धांडोळा दोघहि एकमतानें घेतात आणि हा अप्रकाशित असा अमाप साहित्य-सग्रह लवकर प्रकाशित व्हावा अशी दोघाचीहि मनीषा आहे

दासोपताचा देव्हारा

' दासोपताच्या उपासनेंतील वत्तमूर्ति अजन अबेजोगाईस आहेत ' अशा प्रकारचा

उल्लेख श्री पांगारकरानी केलेला आहे ता वस्तुस्थितीला धरून असा नाहीं द॰ दत्तसंप्रदायी होते त्यांची उपासना श्रीदत्तात्रयाची होती हें जरी खरें असलें, त्यांच्या पूजेंत होत्या त्या केवळ पादुकाच दत्तात्रयाची मूर्ति नव्हती श्रीपादुका आ कमलनयन श्रीशंकर हेच त्याचे उपास्य दैवत होते आपल्या साधनावस्थेंत राक्षसभुवन ज्या पादुका त्याना मिळाल्या तोच प्रसाद त्यानी स्वीकार केला होता नवीन अ देव्हारा त्यानी संपादन केला नाहीं आज जी दत्तमूर्ति आपणाला अंबेजोगाईस दिस तिच्या पाठीशी छोटीशी वेगळी माहिती आहे

आपला समाधिकाल जवळ येत चालला, असें जेव्हा श्रीदासोपताना जाणव तेव्हा तशा प्रकारची बातमी त्यानी आपल्या भक्ताना दिली सर्वांना अत्यंत वाईट वाटलें आज आपणासमोर असलेली आणि प्रत्येक वेळीं पुढेंमागें संभाळणारी ही पवित्र मूर्ति आपणास अंतरणार याची कल्पनाहि सर्वांना दुःसह झाली 'मनुष्याणां सहस्रेषु' असा हा महापुरुष योगायोगाने प्राप्त झाला असता त्याचा चिरवियोग आता लवकरच आपणास होणार या वार्तेनें प्रत्येकाचे अंतःकरण पिळवटून गेलें अनेकानी अनेक प्रकारानी हा दुःखद प्रसंग पुढें ढकलावा अशा प्रार्थनाहि केल्या परंतु नियतीच्या नियमात ढवळाढवळ करणे विशेषतः सत्पुरुषाना मानवत नाहीं आपल्या भक्ताचे दुःखहि त्याना प्रामाणिकपणानेच वाटलें परंतु त्याला उपाय काय ? 'आज नाही तर उद्या तरी हा प्रसंग घडावयाचाच आहे 'मृत्युर्वं प्राणिनां ध्रुव ' त्यासंबधी विना-कारण चिंता किंवा दुःख करण्यात काहीं अर्थ नाही पार्थिव शरीर गेले तरी आत्मा हा अमर असल्यानें शोक करणें व्यर्थच नाही का ' परंतु हा धीर प्रापंचिक भक्ताना कसा वाटावा ? शेवटी सर्वांनी मागणी केली की 'आपले सान्निध्य सतत जाणवत रहावे अशी काहीं वस्तु आपल्या हाताने आम्हां सर्वांस निरखून द्यावी आणि मग वियोग घडावा ' या सर्वांच्या मागणीप्रमाणें दासोपतानी नदीकाठातून शाडू आणला आणि त्याची दत्तमूर्ति तयार केली मूर्ति पूर्ण तयार झाल्यानंतर ती धान्याच्या कणगींत स्वहस्ते पुरून ठेविली आणि सर्वांना सांगितलें कीं 'आजपासून एक महिन्याने ही मूर्ति पितळेची होईल दुसऱ्या महिन्याने ताब्याची होईल, तिसऱ्या महिन्यानें चांदीची होईल, चवथ्या महिन्यानें सोन्याची होईल आणि पाचव्या महिन्याने रत्नखचित होईल या गोष्टीवर विश्वास ठेवा आणि पांच महिने संपल्यानंतर मूर्ति बाहेर काढा '

भक्ताचे कसेबसे समाधान झालें दासोपतानी आपली जीवनयात्रा संपविली दोन महिने संपत आलेलें होते कणगीतील दत्तमूर्ति आता कशी बनली असेल इकडे सर्वांचे डोळे अधीरतेने लागलेले होते निष्ठावन्तानी पाच महिने आपली जिज्ञासा दाबून ठेवावयाचे ठरविले परंतु चंचल वृत्तीला इतका धीर कसा निघावा दुसरा महिना ना आणि एका अतिजिज्ञासु भक्ताने कुणाला न समजता एकांतात कणगीत हात मूर्ति उकरून पाहिली खरोखरीच ती ताब्याची झाली होती घाईघाईनें

सव्वाशेर धान्य लाटून दिलें मूर्ति पुन्हा पहिल्याप्रमाणे बुजवून टाकली आपण ले ही वार्ता योगींन्द्रपणे त्याने गुप्त ठेविली पाच महिने सपले आणि मवीनी रिमाने मूर्ति बाहेर काढली पहातात, तो ती ताब्याचीच ! आणि मग शोधाअंतीं प्रकार जाणवला व्यावहारिक दृष्टया ही बातमी गुप्त असली तरी सत्याला ही ाडी मानवणें शक्य नव्हते अबजागाईला देव्हाऱ्यात आज जी ताब्याची मूर्ति आहे चा इतिहास हा असा आहे दासोपताना मिळालेल्या श्रीपादुका आणि ही दत्तमूर्ति त्याच देव्हारा आज थोरल्या देवघरी आपणास पहावयाला मिळतो

धाकट देवघर हे मूळचे वडील घर असल्याने तेथें कमलासन श्रीशंकराची मूर्ति आहे दासोपताच्या देव्हाऱ्याची माहिती अशा प्रकारची आहे

त्तोपासक दासोपत

'कलौ चडि विनायकौ' याप्रमाणेच 'कलौ श्रीपाद वल्लभ' असेहि म्हटलें जातें महाराष्ट्रात आणि मराठवाडयात श्रीदत्तात्रयाची उपासना फार प्राचीन काळा-पासून आहे अवैदिक म्हणून सग्जल्या गेलेल्या महानुभाव सप्रदायातहि श्रीदत्तात्रयाची उपासना प्रमुख म्हणून स्वीकारण्यात आलेली आहे दासोपताच्या कुलपरपरेत श्री दत्तात्रयाचीच उपासना असल्याने बालपणापासूनच त्याच्या मनावर दत्तभक्तीचे सस्कार दृढ झालेले होते बेदरला बादशहाच्या कैदेत असताना त्यानी आपल्या उपास्य देवतेला अनेक प्रकारे आळविले आहे पदार्णव नील काही पद्ये याची साक्ष देतील

बदी पडला बालक स्मरे जनका । प्राण वेचीत जाईल क्षणू एका ।।
तुजवाचूनी करुणा न ये आणिका । तैंमी गती बा जहाली माझी येका ।।
दत्ता धावरे धावरे धावणीया । मायबापा साडिसी झणी माया ।।
तुजवाचुनी न स्मरे योगीराया । भवबधन पडलो गुण क्रीया ।।
केवी राहु कवण दिशा पाहू । पथू न कळे केउता जाऊ ।।

अशा तळमळीच्या अवस्थत दत्ताजी पाडेवाराने त्याच्या हाकेला 'ओ' दिली ेग तेव्हापासून दत्तप्रमाचे अमाप भरते आले माहूरगडचे प्रयाण, पुढील प्रवास, पैसाप्राप्ति आणि अबजोगाईचे वास्तव्य या सर्व आयुष्यक्रमात दत्तभक्तीचा धागा अविरत आणि अखडितपणे कार्यक्षम होता

महाराष्ट्रातील सतपरपरेत एक फार मोठें वैशिष्टय आहे त्यांची उपास्यें वेगवेगळी असली तरी त्यात सप्रदायाचा दुराभिमान आपणास दिसत नाही दत्त-सप्रदायातीलच श्रीएकनाथ भागवतधर्माचे महान् प्रणेते बनतात आणि दत्त-सप्रदायातीलच श्रीदासोपतहि भगवान श्रीकृष्णाच्या गीतामृताचे महान् अधिकारी भाष्यकार होतात अध्यात्माच्या बाबतींत तरी महाराष्ट्रानें लोकशाहीची उपकारक शिस्त आधी बाणवून घेतली आहे जे जे कोणी येथे येतील त्या सर्वांसाठी भगवन्नामाचा दरवाजा त्यानी खुला केलेला आहे तेथे उपासनाभेद असले

तरी ' सर्व देव नमस्कार केशव प्रतिगच्छति ' ही भावना सर्वांच्या [illegible]णा पूर्णपणें भिनलेली आहे ' आध्यात्मिक लोकशा[illegible] होती न जरी तिच्या वैशिष्टयाचें महत्त्वाचें अंग आहे आपापल्या उपासना वैशिष्ट्याचें सरक्षण करीतहि त्यानी महाराष्ट्राच्या अभंग एकत्वाला अर्घ्य प्रदान केलेलें आहे गणपति, देवी, विष्णु, शंकर, पांडुरंग अशा उपासनावैचित्र्यात एकात्मतेची भडक भावना त्यानी जोपासली म्हणूनच आजहि पंढरीच्या वाळवंटात अनेक देवताचे पाईक मराठींची भगवी पताका खांद्यावर धरुन टाळवीणेंच्या तालनादावर आनंदाने बेभान होऊन नाचताना आपणास दिसतात

दासोपंताच्या दत्तोपासनेचेंहि असेच आहे ते स्वतः कमलनयन श्रीशंकराचीहि उपासना करीत होते, यावरूनहि हेंच सिध्द आहे

दत्तात्रयाच्या उपासकाचे तीन संप्रदाय आहेत गुरुसंप्रदाय, अवधूतसंप्रदाय आणि आनंदसंप्रदाय उपासना श्रीदत्तात्रयाचीच परंतु पध्दति मात्र थोडीशी वेगळी याच घोषणावाक्यें हि श्रीगुरुदेवदत्त अवधूत चिंतन श्रीगुरुदेवदत्त, आणि आनंदें दत्तात्रे देवदेव अशी वेगवेगळी आहेत दासोपंतानी आपल्या परंपरेत आनंद संप्रदायाची जोपासना केली उपासनेची पध्दति आणि परंपरा बांधून दिली हाच संप्रदाय आज पर्यंत अंबेजोगाईस व इतरत्र चालताना दिसतो तत्वविलासकारानींहि याचसाठ ' निजभवत कर्माचारें । संप्रदायें विचारें राखिले ॥ ' असा उल्लेख करून ठेविलेला आहे

श्रीदत्तात्रयाच्या ध्यानमूर्तिविषयीहि असाच प्रकार आपणास दिसतो आपल्या पहाण्यात आणि वाचण्यात येणारी श्रीदत्तमूर्ति ही श्रीतुकोबारायानी वर्णन केल्याप्रमाणें ' तीन शिरे सहा हात । त्या माझा दंडवत ॥ काखे झोळी पुढें श्वान । नित्य जान्हवीचे स्नान ॥ माथा शोभे जटाभार । आंगी विभूती सुंदर ॥ तुका म्हणे दिगंबर । तया माझा नमस्कार ॥ अशी असते दासोपंताची दत्तमूर्ति मात्र तीन तोंडाची नाही ती आहे एकमुखीच पण तिला सहा हात आहेत त्रिशूल, डमरू, कमंडलू शंख, चक्र आणि माला ही त्या हातात धारण केलेली आयुधें आहेत डाकुळगी गांवच्या ज्या कृष्णाजीपंत कुळकर्ण्यावर दासोपंतानी अनुग्रह केला तो दर वर्षी दत्त-जयंतीला अंबेजोगाईस येत असे पुढे पुढें वार्धक्याने त्याला येण्याजाण्याचे कष्ट सोसेनात तेव्हा दासोपंतानी त्याला एक श्रीदत्तमूर्ति दिली आजहि ही मूर्ति डाकुळगीला आहे ही मूर्ति देखील एकाच तोंडाची अशी आहे दासोपंतानी आपल्या देवघरात भजनासाठीं म्हणून करून दिलेली मूर्तिसुध्दा अशीच एकमुखी आहे प्रस्तुतच्या पासोडीवर शंबटच्या १३ व्या भागात त्यानी जी दत्तमूर्ति चितारलेली आहे ती देखील एकमुखी पण सहा हाताची अशीच आहे नेपाळात एकमुखी दत्तात्रयाच्या मूर्तीची माहिती कुणीतरी मागें प्रसिध्द केलेली होती परंतु दासोपंतांच्या परंपरेत या एकमुखी दत्ताची उपासना अशाच प्राचीन परंपरेनें आजपर्यंत चालत आलली आहे हें लक्षात ठेवण्यासारखें आहे

आपली परंपरा सातत्याने टिकून व्हावी आणि तिच्यात एकसूत्रीपणा यावा या हेतूने ही धार्मा सोयीस्करपणें शिष्याची उत्तम बांधणी करून दिलेली आहे प्रत्येक दिवशीच्या उपासनेत म्हणावयाची वाराची वेगवेगळीं भजनें, पर्वकाळाची आणि उत्सवाची विशेष भजनें, पदें आरत्या, शेजारत्या, अष्टकें, स्तोत्रें, या सर्व त्यानी आखून व रचून ठेविल्या आहेत विशिष्ट प्रसंगी करावयाची लळितें, संगीत, टिपऱ्या याचीहि रचना केलेली आहे नित्यपाठासाठी दशनाम शतनाम, सहस्रनाम स्तवराज, माहात्म्यें हीहि तयार करून दिलली आहेत दासोपताच्या पदार्णवात या सर्व पद्याचाहि समावेश अर्थात आहेच उत्सवपध्दति, सेवा, अर्चन, उत्तरार्चन याची देखील शिस्त त्यानींच घातलेली आहे यावरून आपल्या पाठीमागे आपला उपासना-संप्रदाय सातत्याने टिकावा आणि भाविकाच्या भक्तीला कायमचे व योग्य असे वळण लागावे, याची केवढी तळमळ त्याच्या ठिकाणी होती, हें दिसतें

दासोपताच्या दत्तसंप्रदायात श्रीदत्तात्रयाचे एकूण १६ अवतार मानलेले आहेत या उत्सवाच्या निरनिराळ्या तिथीहि ठरलेल्या आहेत त्याची नोंद अशी –

१ श्रीयोगिराज (कार्तिक शु १५)
२ श्रीअत्रिवरद (कार्तिक व १)
३ श्रीदत्तात्रय (कार्तिक व २)
४ श्रीकालाग्निशमन (मार्गशीर्ष शु ७)
५ श्रीयोगीजनवल्लभ (मार्गशीर्ष शु १५)
६ श्रीलीलाविश्वंभर (पौष शु १५)
७ श्रीसिध्दराज (माघ शु १५)
८ श्रीज्ञानसागर (फाल्गुन शु १०)
९ श्रीविश्वंभरावधूत (चैत्र शु १५)
१० श्रीमायामुक्तावधूत (वैशाख शु १४)
११ श्रीमायामुक्त (ज्येष्ठ शु १३)
१२ श्रीआदिगुरु (आषाढ शु १५)
१३ श्रीशिवरूप (श्रावण शु ८)
१४ श्रीदेवदेव (भाद्रपद शु १४)
१५ श्रीदिगंबर (आश्विन शु १५)
१६ श्रीकृष्णशाम (कार्तिक शु १५)

—आणि याच्या खेरीज श्रीसर्वज्ञावतार म्हणजेच श्रीदासोपंत (भाद्रपद व ८) मूर्तीच्या नित्यस्नानासाठीहि काहीं नियम आहेत हाताची मूठ वळून ती जमिनीवर उभी टेकवावी, अंगठा उभा करावा मूर्तीची उंची मुठीसुध्दा अंगठ्यापेक्षा अधिक भरली तर नित्यस्नान, आणि त्यापेक्षा कमी भरली तर नित्यस्नान नाहीं अशाच नियमाने

इतरहि पूजाविधि ठरविण्यात आलेले आहेत संप्रदायवैशिष्ट्याने होणारा ' आन दत्तात्रय देवदेव ! ' हा जयघोष आजदेखील प्रत्यही ऐकावयाला येतोच

दासोपंतांचा साहित्यसागर

दासोपंताचे जीवनचरित्र, उपासनासंप्रदाय यांची त्रोटक माहिती घेतल्यानंत एकदा त्यांच्या साहित्यसागराचे स्थूलदर्शन घेणे ही क्रमप्राप्त गोष्ट आहे विठ्ठल कवीचा चित्रकूट हा मोरोपंतासारख्या रसिकालाहि दुर्लंघ्य वाटला कारण तो कू होता दासोपंतानी कूट निर्माण केला नाही परंतु त्यांच्या शारदामंदिराची लांब रुंदी आणि भव्यता अशी आहे कीं तिचे ओझरतें दर्शनहि अतिशय कठीण काम आ त्यांची अफाट आणि अमाप रचना बघितली असताना त्यांना ख या अर्थाने मराठ कुबेर असेच कुणीहि म्हणेल मोरोपंत आणि इतरहि अनेक कवींनी त्यांच्या स लाख गीतार्णवाचा उल्लेख करून ठेवलेलाच आहे श्री नावे आणि श्री पागार या साक्षेपी विद्वानांनी त्यांच्या ग्रंथांच्या याद्या प्रसिद्ध केलेल्या आहेत त्यांचा एव राव्येचा आकडा मोठा असला तरी प्रत्यक्षात तितके ग्रंथ आज तरी उपलब्ध होण्य सारखे नाहीत त्यात अर्धी किंवा त्यापेक्षा अधिक नावे स्तोत्रादिकांची आहेत आ ती नित्यपाठात असल्यानें सहज मिळण्यासारखी आहेत संप्रदायपद्धतीनं त्य जसे महत्त्व आहे तसे ते साहित्याच्या क्षेत्रात असणार नाही ही गोष्ट अगदी उघ अशी आहे श्री देवानी प्रसिद्ध केलेली यादी अंबेजोगाईस जाऊन दासोपंतांच घरातील दप्तरें पाहून केली आहे ' असे श्री पागारकर लिहीत असले, तरी त्यांतली सर्वच कृति आज अंबेजोगाईस उपलब्ध नाहींत या यादीत ३३ नावे तर नामावल्य स्तोत्रें, कवचे इत्यादिकांची आहेत अर्थात् त्यांना ग्रंथांच्या यादींत मोजता ये कठीण आहे प्रत्येक नाव एकेका ग्रंथाचें आहे असा समज याच्या बुडाशी आ वस्तुस्थिति मात्र तशी नाही चरित्रकोशात ज्याप्रमाणें ' पंचीकरण- अडी हात पासोडीवर लिहिलेले ' असा पासोडीचा उल्लेख आला आहे तसाच ह प्रकार आहे त्यांची रचना प्रचंड आहे यात शंका नाही पण स्तोत्रें आणि नामावल्य म्हणजे ग्रंथ नव्हेत, हें लक्षात ठेवणे आवश्यक आहे

दासोपंतांच्या देवघरातून शोध घेतला असता त्या ठिकाणी आज उपलब्ध असलेली दासोपंतांची रचना पुढीलप्रमाणें आहे —

१ गीतार्णव, २ गीतार्थचंद्रिका, ३ प्रबोधोदय, ४ पदार्णव, ५ ग्रंथराज ६ उपनिषद्भाष्ये (संस्कृत) ७ पासोडी पंचीकरण

यापैकी संस्कृतचीं उपनिषद्भाष्यें सोडली तरी सव ग्रंथांची आज उपलब्ध ओवी संख्या पावणेदोन लाखापर्यंत जाते मात्र प्रकाशित यादींतील ग्रंथांचा शोध अजूनहि चालू आहे, कारण त्या यादींतील बरेचसे ग्रंथ आज तेथ नाहींत

दासोपंताचें हें संपूर्ण ग्रंथलेखन अंबेजोगाईस त्यांच्या रहात्या घरी झालें आजहि त्यांच्या लेखनशाळेचें आपणास दर्शन घेता येतें महाराष्ट्र कवीत माहिती देताना 'दासोपंताने आपला गीतार्णव बुटेदरडी नावाच्या गुहेत रचला ही बुटेदरडी कुठें आहे ते माहीत नाहीं असे म्हटले आहे महाराष्ट्र सारस्वतातहि याचाच अनुवाद 'दूर डोंगरात बसून केवळ कडुनिंबाची पाने व फळें यावर राहून लिहिला' अशाप्रकारें करण्यात आलेला आहे ही वस्तुस्थिति नाही आपल्याच घरी एका ठराविक ठिकाणी दासोपंत स्वतः लेखनसाहित्य घेऊन बसत आणि त्यांचे लेखन अविरत चालत असे भक्ताचा मेळावा नेहमीं भोंवतालीं असेच परंतु गलबल्यातहि' एकांत कसा साधावा हें त्यांना कळलें असल्यानें कधी त्यांच्या लेखनकामाठींत खंड पडला नाही किंवा व्यत्यय आला नाहीं सिद्ध पुरुष असल्यानें त्यांचे मूळ आचरणच नियमबद्ध होतें यान कडुनिंबाची पानें फळे खाण्याचा प्रश्नच येत नाही ज्या बुटदरडीचा वर उल्लेख करण्यात आलेला आहे ती अंबेजोगाईलाच आहे मुकुंदराजाच्या समाधीचे ज शस्त खोरे आहे, त्याच्या समोरच्या डोंगरावर ही बुटेदरडी आहे त्या प्रांतात बुटेनाथ' या नावाच्या सिद्धस्थानाने ती जागा प्रसिद्ध आहे दासोपंत तेथें जात येत सतील परंतु ग्रंथलेखनासाठी त्यांनी ती जागा स्वीकारली होती, याला आख्यायिकेचा खील आधार मिळत नाही त्यांचे सर्व लेखन त्यांच्या रहात्या घरीच त्यांनीं केलेले आहे आज उपलब्ध असलेले ग्रंथाच नुसते बघितले आणि दासोपंतांच्या दीर्घ तपाच्याच वस्थ जीवनाचा विचार केला म्हणजे त्यांच्या चिकाटीच्या प्रयत्नाची आपणास कल्पना येते तसे पाहता त्या वेळचे लिखाण बोरूच्या लेखणीचे कागदहि जाडा भरडाच ! परंतु व्रतबद्ध होऊन त्यांनी आपली साहित्य सेवा आमरण केली हेंच त्यांच्या ग्रंथरचनेचे महान् वैशिष्ट्य आहे

दासोपंताचें प्रकाशित वाङ्मय

लक्षावधि रचना करणाऱ्या दासोपंताचे ग्रंथ आजपर्यंत पूर्ण स्वरूपात प्रकाशात येऊ शकले नाहीत राजकीय दृष्टीनें मराठवाड्याला जो विभक्तपणा आलेला होता त्या योगानें या ग्रंथाकडे लक्ष देण्यास कुणाला सवड झाली नाहीं अनेक संशोधकानी अंबेजोगाईच्या यात्रा केल्या हस्तलिखिताची मागणी केली काहीं काही वेळा ती पूर्णहि करण्यात आली परंतु प्रत्येक हस्तलिखिताचा गत 'गेला तो गेलाचि' अशी होत गेल्याकारणाने हस्तलिखितें मिळणे वरचेवर अशक्य होत गेले संताच्या वाङ्मया-कडे पहाण्याचा एकमेव श्रद्धाळू दृष्टिकोन अनेकांचा असल्याने त्यास प्रकाशित करण्याचा विचार तरी कुणी करावयाचा ? नवीन पिढीला त्या भक्तितर वाङ्मयाचे सोयीरसुतक असण्याचे कारण नव्हतें आणि जुनी पिढी आपले हे धन इतरांच्या हातीं देण्यास तयार नव्हती परंतु अशाहि अवस्थेंत श्री श्रीधर अवधूत देशपांडे यांनी आपल्या गुरुपरंपरेचे हे वाङ्मय प्रकाशात यावे यासाठीं, खरोखर मह

प्रकाशकाचें निवेदन

आतापर्यंत अनेक व्यक्तींनी व संस्थानीं श्रीदासोपंताच्या 'पासोडी' च्या ाशनाच्चा प्रयत्न केला पण योग आला नाहीं मराठीच्या या महावस्त्राच्या ाशनाची संधि मराठवाडा साहित्य परिषदेला लाभली याबद्दल धन्यता वाटते

पासोडीच्या मूळ आणि नक्कल अशा दोन्ही प्रती थोरल्या देवघरांत होत्या त्या ळवून देऊन प्रकाशनास संमति दिल्याबद्दल श्री दिगंबरस्वामी महाराजाचे भार मानावे तितके थोडेच आहेत या कामीं श्री विनायकराव, व श्री शंकरराव साळकर, श्री रामभाऊ पांडे, श्री किशनराव पिंगळीकर व श्री दत्तोपंत देशपांडे यादीन्नीं बहुमोल साहाय्य केलें आहे संस्था त्याची सदैव ऋणी आहे

जुन्या पासोडीच्या दुरुस्तीच्या व मायक्रो फिल्मिंगच्या कामी नॅशनल आर्चा-व्हज्नें आम्हास अत्यंत आत्मीयतेनें सहकार्य केलें पासोडीच्या दोन्ही प्रतीवरून द्रण प्रत तयार करून तिचे संपादन करण्याचे जबाबदारीचे काम यशस्वी रीतीने ो न. शे पोहनेरकरानीं पार पाडले, श्री माधवराव गाडगीळ यानी पासोडीचा क्ष्म अभ्यास केला व माहितीपूर्ण लेख लिहून दिला, पासोडीवरील आकृति मुळा-माणें तयार करण्याचे अतिशय किचकट व परिश्रमाचे काम श्री भगवान भालेराव ानीं आस्थेवाईकपणे केलें व जयहिंद मुद्रणालयाचे उत्साही कार्यकर्ते श्री जगन्नाथराव र्दापूरकर व श्री अनंत भालेराव यानी छपाईचे काम अत्यंत चोखपणें केले ाबद्दल संस्था सर्वांची कृतज्ञ आहे

पासोडी-प्रकाशनाच्या कामी व श्रीदासोपंताच्या विषयीं माहिती मिळविण्याच्या ामी ज्यानीं ज्यानी साहाय्य केलें त्या सर्वांचे मी पुन्हा एकदा मनःपूर्वक आभार ानतों

—प्रकाशक

दाखविली संशोधकाच्या हाकेला त्यानी बरावर 'ओ' दिली म्हणूनच आजचे तोकडें का असेना, प्रकाशित वाङमय आपणाला वाचावयास सापडते एरव्ही, दासोपताचे लिखाण आजतागाईत प्रकाशितच होते ना । व्यक्ति किंवा संस्था याचे खाजगी प्रयत्न या कार्याला मर्यादित पडतात हैदराबाद राज्याच्या गेल्या राजवटीचा विचार करतां या कामी सरकारचें साह्य कितपत मिळालें असेल, हें काय सांगावयाला पाहिजे ?

अशाहि स्थितीत दासोपताचे जें त्रुटित साहित्य प्रकाशित स्वरूपात आपणापुढे आहे त्याची नोंद अशी -

१ दासोपताच्या पदार्णवापैकी एकूण १६०५ पदाचे प्रकाशन 'दासोपताची पदें' या नावानें श्री काशीनाथ वामन लेले यानी केले

२ गीतार्णवाच्या १८ अध्यायापैकी १ ला, २ रा, १२ वा आणि १३ वा अध्या ३२७० ओव्यापर्यंत, 'महाराष्ट्र काव्यग्रंथ-मालेत' श्री वि ल भावे या प्रकाशित केले

३ श्री अजगावकर, श्री न.ईक व श्री अबेवाडी यानी बेळगावाहून २० कवींच्या मराठी टीकासहित श्रीमद्भगवद्गीतेचे प्रकाशन करण्याचा प्रयत्न केला होता दुर्दैवा ती योजना पहिल्याच अध्यायावर संपली या पहिल्या अध्यायात दासोपताच्या 'गीतार्णव' आणि 'गीतार्थबोध चंद्रिका' या दोन गीता-टीकाचे १ ले अध्या प्रकाशित करण्यात आले

४ श्री शकररावजी देव धुळे यानी दासोपताचा 'ग्रंथराज' हा छोटेखानी ग्रंथ प्रकाशित केला

५ दशोपनिषदावर दासोपतानी जीं संस्कृत भाष्यें लिहिली त्यापैकी ईश, के आणि कठ या तीन उपनिषदाची भाष्यें आनदाश्रमाच्या ग्रंथ-मालेतून प्रकाशि करण्यात आली

६ भारत इतिहास संशोधक मडळाने दासोपताच्या देवघरची काही कागदपत्र आपल्या अहवालात प्रसिद्ध केलेली आहेत

दासोपताच्या प्रकाशित वाङ्मयाचा हाच त्रोटक वृत्तांत आहे उपलब्ध आणि प्रकाशित साहित्याची तुलना केली असताना प्रकाशित साहित्य अल्प आहे हे खरें असलें तरी, महाराष्ट्रापुढे ठेवण्यात आलेली ही दासोपत साहित्याची 'वानगी' बहुमोल अशी आहे त्यावरून दासोपताची गाढ विद्वत्ता, अखड व्यासंग आणि सूक्ष्म निरीक्षणे याचा आपणास पुरेपूर प्रत्यय येतो त्याचे रचनाप्रकार, भाषाप्रभुत्व आणि पल्लेदार प्रतिभा याचेहि दर्शन आपणास होऊ शकते

दा[illegible]ताच्या साहित्याचा हा त्रोटक आढावा घेतल्यानंतर आतां त्यांच्या ग्रंथाचे [illegible]त्या पा[illegible]न दर्शन घेऊ या [illegible]चा.ल आहे

गीतार्णवाच्या काठी

ज्या कविमंडळीत दामोपताचा येणारा उल्लेख त्यांच्या गीतार्णव या सुप्रसिद्ध गीताटीकेमवर्धी येतो श्रीमद्भगवद्गीतेवर टीका आहेत पुष्कळच ' परंतु विस्ताराच्या दृष्टीनें गीतार्णवाची बरोबरी करणारी एकहि टीका नीत नाहीं मराठी साहित्याचा विचार करताना प्रदीर्घ अशी हीच पहिली आणि कदाचित् शवटचीहि टीका म्हणावी लागेल या टीकेपैकी १ ला, २ रा, १२ वा आणि १३ वा अपूर्ण, असे अध्याय प्रकाशित झालेले आहेत यांची ओवीसंख्या अनुक्रमें ३१३३, २६५५, ३९७ आणि ३२७० अशी आहे गीतार्णवाच्या १८ व्या अध्यायाची ओवीसंख्या ४८३१ असून गीतेचे सारसर्वस्व किंवा ज्ञानेश्वराच्या शब्दात ' एकाध्यायी गीता ' म्हणून प्रसिद्ध असलेल्या १८ व्या अध्यायासाठी एकूण १८७०० च ओव्या दासोपंतांनी लिहिलेल्या आहेत संपूर्ण गीतार्णवाचे परिशीलन किंवा लेखन करणारा बहाद्दर ४०० वर्षांच्या काळात तरी कुणी निघाला नाही हे श्री पांगारकराचं म्हणणें मात्र अक्षरश खरे आहे, असे म्हणावयाला काही हरकत नाही

आपल्या या प्रचंड टीकेला प्रारंभ करीत असतानाच दासोपंत लिहितात, 'आता मी येक करीन । साहूनि युक्तायुक्तपण । आले वचन बोलेन । आवाथिला ॥' आपले हें ' आले वचन ' ' प्राकृत आणि अल्प ' आहे याची त्याना जाणीव आहे म्हणूनच विद्वानांच्या संदर्भानें ते लिहितात ' नव्हे विषयो तुम्हांकारणें विद्वत्तेच्या दृष्टीनं हा विषय विद्वानांना कदाचित् पटणार नाही परंतु गीतेचेनि येणें स्वधर्मे । आई कावे ॥ ' अशी त्यानी विद्वत्प्रार्थना केलेली आहे गीतेची टीका आपण करितो तें आपल्या अधिकाराच्या आणि विद्वत्तेच्या अभिमानाने नव्हे तसा अहंकार त्यांच्या ठिकाणीं दिसत नाही न कळत गीता भावार्थु हें त्याचे म्हणणें असले, किंवा ' ग्रंथ रचिला अव्युत्पन्नें ' असा त्यानी जरी स्वतःचा उल्लेख केलेला असला, तरी 'आत्मान्वय वचने । ध्यावी तुम्ही ॥' असे ते वाचकाला विनवितात त्यांची टीका ही त्यांच्या स्वतंत्र प्रज्ञेच्या आधारावरच त्यानी रचलेली आहे ' स्वमती चालिला अर्थु । ' हे त्याचे या बाबतींत मुख्य सूत्र आहे ग्रंथग्रंथांतराचे अनेक आधार अनेक प्रसंगी त्यानी दिलेले आहेतच किंबहुना अशा आधारान्वयेंच ते आपल्या मताची सिद्धि करीत असतात परंतु श्रीज्ञानेश्वराच्याप्रमाणे कुणालाहि ' वाट पुसत ' जाण्याचे धोरण दामोपंताचे नाही आपल्या स्वतंत्र प्रज्ञेवरच त्यांची भिस्त असल्याने कदाचित् ही टीका विद्वानांच्या आदरास पात्र होणारहि नाही, अशी जाणीव त्यांच्या मनात आहे ' समर्थे उपेक्षा केली । तो कार्थं भीड धरी बोली । आता जोडला करकमळीं । नमस्कारू नया ॥' आपणास ऐकावयाचे किंवा वाचावयाचे नसेल तर वाचू नका माझा तसा आग्रह नाहीं मी नमस्कार करितों तो स्वीकारा आणि बाजूला सरा असा ठाबठोक आदेश त्यानी विद्वानांना दिलेला आहे चांगले किंवा वाईट या दोन्हींची जबाबदारी त्यांनी स्वतःकडे ठेविली आहे येथें त्यांचा दृढ आत्मविश्वास आपल्या प्रत्ययाला येतो

तत्कालीन विद्वानात संस्कृत भाषेला अतिशय महत्त्व होतें मराठी ही सामान्य जनसमाजाची बोलभाषा तिला शास्त्रीय विचार पेलता येणे अत्यंत अशक्य आहे असें त्याना वाटे दासोपंताना आपले विचार बहुजनसमाजापर्यंत पोचवावयाचे होते म्हणून ते म्हणतात, ' यया संस्कृताचा अभिमानु । तेणेंचि नाशिला हा जनु ।' आपल्या अभि-मानानेच विद्वानाची विद्वत्ता एका ठराविक परिघात कोंडली जाऊन तिला नवोन्मेष फुटणे बंद झाले ही प्रवृत्ति अतिशय घातक आहे हेंहि त्याना वाटत होते, म्हणूनच ते म्हणतात, ' पुढेंहि येणे करुनु । विनाशु असे ।। ' आपल्या नाशाचा हा इशारा त्यांनीं स्पष्टपणें, अशा दुरभिमानी संस्कृतपंडिताना देऊन ठेवलेला आहे ' प्राकृत म्हणौनि दूषिती । तेचि यया ज्ञाना वंचिती । भाषाचि केवळ भजती । ते मूर्ख कीं ना ।। हातीं देना नवरत्नें । मऱ्हाटे बोले नें घेणे । आता हानी नया कारणें । ते दूरि नसे ।। संस्कृतें बोलिले सेवणे । तेंचि साडावे प्राकृत वचनें । एसिया मूर्खा मुडणें । किती आता ।। ' अशी मराठी भाषेची ठमठशीत वकिली त्यानीं केली आहे इतक्यावरहि पंडितराज तयार नसतील तर दासोपंत त्याच्यासाठी आपले लेखन स्थगित करावयास तयार नाहीत तुम्ही एकणार नसाल तर तुमची इच्छा 'मीचि मातें श्रोता । मीचि मातें वक्ता । मननरूपें हे गीता । विचारितु असे ।। ' माझ्या स्वतःच्या वाचन आणि मननाचा हा परिपाक माझ्या आत्मसंतोषासाठी आहे असे त्यानीं टीकाकाराला लगेंच बजावलेले आहे न पाहे श्रोतयाचे वदन । न करी भाष्याधारें विवरण । स्वस्वानुभवे हे मनन । म्हणौनि संपादि ।। आइकैल तेणे आइकावे । मानल नेणें घ्यावे । नावडे तेणे नघावे । दोही श्रवणी ।। स्वतःच्या स्वतंत्र अभ्यासाचे हें फळ आपल्या पुरतेच असल्याने इतराच्या राजीनाराजीचे त्यानीं किंचित्‌हि भय बाळगिलेले नाही

आपल्या विवरणासाठी कुणाचाहि 'मागोवा' दासोपंतानी घेतलेला नसल्याने त्याच्या ठिकाणीं प्रचलित कुठच्याहि मताचा अभिनिवेश असलेला दिसत नाहीं स्वानु-भवाच्या भक्कम पायावर त्यानीं आपल्या टीकामंदिराची उभारणी केलेली आहे त्याचा आधारावदहि जबर आहे इतरांना ही टीका महत्त्वाची न वाटली तरी स्वसंप्रदायिक जे योगी । यया मननाचे विभागी । टीका हे तयाचि जोगी । ते आइकावी ।। ' आपलें विवेचन हें आपले गीताग्रंथाचे स्वतंत्र मनन आहे यात पूर्व-सूरींचा आवर्जून अधिक्षेप नाहीं किंवा अनुसरणहि नाही असे त्यानीं स्पष्टपणे सुचविलेलें आहे

गीतार्णव हा खरोखरीच अर्णव आहे यात अनेक रत्ने आहेत विषयाची मांडणी करताना यांत मूळ श्लोकाचा भावार्थ तर दिलेला आहेच खेरीज, नाथानी ज्याप्रमाणें आपल्या रुक्मिणीस्वयंवरात वेदांताच्या रूपकानें श्रीकृष्ण-रुक्मिणीबरोबर जीव-शिवाचेंहि लग्न लाविलेले आहे, त्याप्रमाणेच प्रस्तुत गीताटीकेत दासोपंतानीं कौरव आणि पांडव यांच्यावर वेदांताचे रूपक बसवून वेदांत विषयाची सविस्तर मांडणी केलेली आहे प्रत्येक श्लोकातून हे वेदांती रूपक खेळविलेले असल्याकारणाने विवे-

चनाचा अतिशय विस्तार झाला आहे तरी देखील विषयप्रतिपादनांत दासोपताच्या अभिजात प्रज्ञेची चमक अनेक ठिकाणी आपल्या अनुभवास येते

दासोपंत केवळ ' बाबा वाक्य प्रमाणम् ' म्हणून चालणारे टीकाकार नाहींत ते बुद्धिप्रामाण्यवादी आहेत 'स्वानुभवचि यथिचे प्रमाण। स्वानुभव हेचि साधन अन्यथा शास्त्र श्रवण । नैसे हें नव्हे ।।' असे त्यांनी आरंभींच सांगून टाकलें आहे केवळ शब्दप्रमाणाला त्याच्याजवळ थारा नाही शभर श्रुतींनी अग्नि थंड आहे असे सांगितले तरी ज्याप्रमाणें भगवान् श्रीशंकराचार्य मानावयाला तयार नाहींत त्याप्रमाणे अनुभवाच्या अभंग आधारावर दासोपंतहि इतर प्रमाणांना विशेष महत्त्व द्यावयाला तयार नाहीत ' प्रत्यक्षा दृश्य। कारणे । कायिसी ती आप्तवचने । अग्वते अग्व आने । रूपें न घड ।। क्षुधा लागली की नाहीं । हें कवणा पुसणें कायी । गुडघा ने नव्हे डोई । प्रत्यक्ष जो ।। असोनि ऐसे वर्तमान । शब्देवीण न मानिती प्रमाण। नेंघती पदार्थांचे अभिधान । प्राकृते शब्दें ।। अशा प्रकारें आपल्या अनुभवावर त्यांची भिस्त अत्यधिक आहे केवळ शब्दप्रमाणानी एखादी गोष्ट सिद्ध करता आली आणि अनुभवात ती विपरीत आली तर तिचें विपरीत दर्शन त्यांना मान्य नाही आपल्या अनुभवाला जें पटेल तेंच ग्रहण करण्याचा दासोपंताचा बाणा आहे आपल्या अनुभूतीची प्रामाणिकता त्यांनी आपल्या ग्रंथात सर्व ठिकाणी राखलेली आहे

ज तसे पाहता दासोपंताचे जीवन आत्मसंतुष्टच होतें त्यांनी आपला स्वतंत्र संप्र-यॅ सुरू केला हें जरी खरे असलें तरी, तो फार मर्यादित होता त्याचा व्याप ' अधी केलेला नाहीं ते नेहमी आपल्यातच आपण रमलेले दिसतात 'युक्ति संप्रदाय रंगे । स्वार्थें फल तेथ भजणें । एसे निजदासा न मने । परम शुद्धातें ।। ' एकदा ाग वाढला की त्या ठिकाणी अनेक भानगडी येतात आणि अशा भानगडींनीं ान व्यग्र झाले कीं हातातील सेवेत खंड पडतो आपली साहित्यसेवा बरी आणि आपण बरे तिन्यात अंतर न येता जो काही पसारा वाढविणे त्यांना शक्य झालें तेवढाच दासोपंतानी वाढविला आवर्जून संप्रदायविस्तार असा त्यांनी केलेला नाही

सभोवती पसरलेल्या विषयांच्या पसाऱ्यात बिचाऱ्या मनुष्याची स्थिति अतिशय केविलवाणी होते प्रत्येक विषय त्याला आपणाकडे आकर्षित करीत असतो ' सुंदर आणि तरुणी । अभर्तृका होये कामिनी । वरि आनु ही पोषकु कव्हणी । धनी न वर्त ।। तीते जो तो दृष्टी । अभिलाषू लाग किरीटी । तैसें जें जें चिन्ह वीखटी । ते एकदाची मीनती ।। ' अशा अनाथ पण सुंदर आणि तरुण विधवेची आणि व्यवहारात वावर-णाऱ्या भाबड्या जीवाची अवस्था एकसारखी असते अशा स्थितींत इंद्रियांचा हट्टाने निग्रह करावा, तर तेंहि हितकारक ठरतेंच असे नव्हे कारण मनावर भक्तिप्रेमाचे आणि ज्ञानाचे संस्कारहि त्याबरोबर अवश्य असतात केवळ निग्रह केला तर त्याचा परिणाम म्हणजे ' तयाचे देह पडैल । योगाची सिद्धी न घडैल । तमचि वाढी करील ।

म्हणौनि विघ्न हे ।।' आपल्याच अनुभवी मनाने चालावयाचा हा प्रांत नाही कुणी जाणता मार्गदर्शक येथें लागतो, यालाच परमार्थात गुरु असे म्हटले जाते गुरु क हें खरे परंतु त्याची ओळख होणें व प्राप्ति होणे अतिशय कठीण आहे समाजात भोंदु काय कमी आहे ? 'नव तो पाहे आमंत्रण । कोठें मिळेल गोड अन्न । कवण क पूजन । षोडषोपचारी ।। कवण हिरण्य गर्भापिनी । कवण सर्वस्व देती । कन्या ए अर्पिती । काय पा हे ।। करिती पुन पुन्हा नमस्कार । दिसती जन भक्तीपर । क आहे घर । यजाचें पा ।।' अशी विवंचना ज्याच्या अंतरंगात एकसारखी चालू अ अशा प्रकारे अडक्याचे तीन गुरु जीवाचा उद्धार करू शकत नाहीत बरे, गुरु अ कारी भेटला आणि शिष्याची भूमिका तयार नसली तरी उतरावयाचा परिपाक उतरेल ? मनचि नाही ठाई । गुरुनें मांगाव नेथ कायी । परमार्थु तो नव्हे भोंड चवळाची ।। याचसाठी सामान्य माणसानें आपापली नियतकर्तव्यें करावी, ईश निष्टा वाढवावी आणि आपल्या जीवनात सौभाग्याची प्रभात केव्हातरी उगवेल दृढ आशा मनाशी बाळगून व्यवहार करावा हेच हितकर आहे आपापलें कर्तव्याच करीत असतांनाहि स्वतःच्या जीवननिष्ठेचा दृढतर विश्वास हवा आहेच आप स्वधर्म, मग तो यशस्वी होवो वा न होवो निःसंशय श्रेष्ठ आहे, ही मनःस्मरण भाव आपली पातळी उचावीते ' स्वधर्मी केवळ आसक्तु । सिद्धि असिद्धि सम जाणतु । योगी कर्मी भरतु । कैसा तो अवधारी ।। करिता ईश्वर आराधन । वरि पडो एक विघ्न । परी भक्तीपासाव मन । न चळे जयाचे ।। देहांतक होतु कष्ट । क्षणक्ष उपजो अरिष्ट ।। सिद्धी पावना अभीष्ट । वरी निफळ जाय ।। परंतु जयाचे वेधले वेचूचि पाहे तेथें प्राण । निर्मल्ही परी मन । न सोडी जयाचे ।।' अशा प्र एकनिष्ठपणे परमेश्वरी कर्तव्याची आराधना करणारास हमखास सिद्धी मिळल काय सांगावयास पाहिजे ?

राजा आणि प्रजा यांच्याविषयी दामोपंताचे विचार अगदी आधुनिक पद्धती आहेत राजा हा तरी एक माणूसच ना ! मग त्याचे विशेष वैशिष्ट्य असे काय आहे ? ' अपार मीनती जीव । ते आपुलेनि प्राचीनें सर्व । त्या माजी राजा स्वमेव । माणूस येक ।। अवघिया सारिखेंनि अन्नपान । निद्रा जाग्रती निर्णे मरण । राज्य भोगिती बहुतजण । आपुलालेन प्राचीनें ।। अश्व भागु अश्वी नेणे । गजभागु गजा देणें नरभागु नराकारणें । वाटवाचि तो ।। चोर भागु तो चाराचा । मृत्तिकेतें भागु कंचा देवभागु देवाचा । तयामाजि ।। मुखक मक्षिका मत्कुण । बिभागु नेती सकळ जाण राजा आदि समान । भोग सारिखे ।। द्रव्यादि पदार्थ देखणें । सारिखचि सर्वांकारणें स्पर्श अनुभऊ वणे । सारिखाचि नो ।। नाद आइकती अपूर्व । तेही सारिखेंचि सर्व स्त्रीसुखाचे अनुभव । समान तेही ।। अनिवार साही विकार । अंती नाशे शरीर । व्या आधि निरंतर । सारिखीचि भोगणें ।। राजा तो कासेन आगळा । विचारी गोपाळा ।।'

मर्वांप्रमाणेंच त्याला सहा विकाराचे अनुभव येतात तोहि आपल्या व्यक्तिपुरताच अभिभोगाचा स्वामी आहे मग त्याची विशेषता ती काय आहे ?

दासोपन एकनिष्ठ भक्तीचे फार मोठे पुरस्कर्ते आहेत त्याच्या मतें एकनिष्ठता अतिशय महत्त्वाचे जीवनमूल्य आहे सरड्याप्रमाणे दिवसातून दहा वेळा आपली ध्येयें आणि मतें बदलणें त्यांना मान्य नाही आधीच पूर्ण विचाराअंती आपलें साध्य ठरवावे आणि दृढनिष्ठेनें मग त्याच्या मार्गावर पाऊल ठवावे मग तेथें कसलीहि वलत किंवा तडजोड असू शकत नाही ' पतिव्रते ऐसे आचार । आणि वेळाचे पाच शतार । याहुन मिळाले अपार । तरि ना न म्हणे ॥ वेश्येची जैसी भर्तृसेवा । एकनिष्ठ पांडवा । ते काजा न ये आघवा । व्यर्थ भक्तियोगु ॥ ' अव्यभिचारी निष्ठेचे महत्त्व यांचसाठी परमार्थ मार्गांत फार मोठें वर्णन करण्यांत आलेलें आहे

सहवास आणि संगति याचा परिणामहि जीवनावर फार मोठे संस्कार करीत असतो माणसाचें मन असतेच मुळी संस्कारक्षम अर्थात् या मनावर भोवतालची परिस्थिति, संगति याचा फार मोठा परिणाम होतो याचे ठसे अतिशय खोल असे उमटतात ' येकाचि गुणाचे बळ । शरीरी नाही प्रबळ । रजतमी आळुमाळ । सत्वही दिसे ॥ करिता वैराग्यश्रवण । आधीं भेदें जयाचे मन । मग क्षणा येका मागुतेन । रीती पालटे ॥ तैं ते भाव सूटती । संगा अनुसार उपजती । अंतःकरण मृदु आथी । जाण तयाचे ॥ आइकोनी दुःख परावें । हृदयीं जया न साहवें । आपुलें सर्वस्व द्यावे । ऐसे वाटे ॥ भक्ति आइकोनी प्रेमवतु । वैराग्य आइकोनी त्यागवतु । कर्म आइकोनी आसक्तु । तेथें होय ॥ आइकता विवेकु कळे । हृदयींचे अज्ञान मावळे । आवडी मन रातले । तयैंचि अर्थी ॥ आली क्रोधाची वृत्ति । शरीरी धरी वीरपती । परतु विवेक युक्ती । दुजियाची आइके ॥ श्रवणेंचि साडी आला गुणु । विवेकु करी प्रधानु । तेणें धरिलाही अभिमानु । बळावेना ॥ सगास्तव अर्जुना । उपजे विषयाची वासना । ते सगेंचि तेणें पुन्हा । साडू शके ॥ यापरी येकुही गुणु । नाहीं जया प्रधानु । केला तैसा मनु । जयाचा होये ॥ जयावरी प्रेरन चालती । आइके दुजियाची भक्ति । आणि उक्ति उपजे युक्ति । उपजविलीया ॥ तो मनुष्य जाण वीरा । मृदुत्वे गा धनुर्धरा । आणिला ये द्वारा । मोक्षाचिया ॥

अनेक शास्त्रांचा अभ्यास केला खूपखूप अध्ययन केलें, विद्वत्ता प्राप्त करून घेतली आणि तो ज्ञानयोग आचरणात न बाणला तर त्याची किंमत काय ? ज्ञान मिळवावे तें अंतःकरणात रुजून त्याचा परिपाक जीवनात उतरावा म्हणून. शाब्दिक ज्ञानप्राप्तीने वाणी संस्कारित होईल, बुद्धि तीक्ष्ण होईल परंतु व्यवहारात जर ते ज्ञान आचरणात न आले तर दासोपंताच्या मताने त्याचे विशेष असे महत्त्व नाही ' लावण्य आणि तरुणपणें । सौंदर्याचेनि अतिमानें । आणि ऊर्वसीतें उणें । येसी सुभगा ॥ परतु येकेचि घ्राणेंनवीण । व्यर्थ श्रमासीचि कारण । लक्षण तेंही अवलक्षण ।

यैसे होये ।। युद्धसामग्री अपार । आणि शाब्दिक नाना बडिवार । आणि रण देखोनी शरीर । कापे जें ।। सुख आणि शृंगार । चंदन पुरुषा अलंकार । तथापि नवज्वरे तो समग्र । वायाचि गेला ।। घ्राणेंवीण सुपाणी । भोगी ले जें सोवासिणी । तें ते व्यर्थ जनी । हासें होय ।। अलंकार वस्त्रें भूषणें । प्राणेंवीण जैसे लेणें । तैसी आत्मज्ञाने ज्ञाने । सकळें व्यर्थें ।। सकळ भक्तीची वोडव । दभें वाया गली सव । प्रेमवीण हावभाव । ते कायें करावे ।। केवळ कर्पुराची राशी । परिमळेंवीण माली जैशी । तसे ज्ञान व्यर्थ जें आपणासी । स्वरूप न कळे ।। आत्मसाक्षात्कार प्रतीती । गहनु संदेही ये अर्थी । मग यरी ब्रह्मज्ञान व्युत्पत्ती । ते काय करावी ।। षड्रस अन्न पचिले । स्निग्ध–पात्री वोगरिले । तें विष्टारसे विटाळिले । वायाचि जाये ।। तैसे त्या पुरुषाचे ज्ञान । तया होयं पवित्रपण । येसा उपावो नाही जाण । असेव्य ते ।।

बोलून चालून गीतार्णव आहे हा अनंत रत्नें यात आहेत दृढ निष्ठेनें यात बुडया घेणारा पाणबुडया मात्र हवा आहे मधूनच एखादी प्रासंगिक घटना, कधी एखादी गोष्ट, आपल्या भोवतालची परिस्थिति, समाजाच्या दुरवस्थेचे एखादें चित्रण, राजकीय वातावरणाची एखादी बाब, अनेक विषय यात आहेत सर्व ठिकाणी वर्णनांना आत्मानुभवाची धार आलेली आहे पाहिले, अनुभविलें आणि लिहिलें हा दासोपंताचा बाणा असल्याकारणानें, अशी हीं तोकडी प्रासंगिक वर्णनें देखील मनाची पकड घेतात जाणवत असेल तर ती एकच गोष्ट ! आणि ती म्हणजे विवेचनाचा अमर्याद विस्तार तेथें संयम नाही लेखणीला बंधन नाही मानवी जीवनाची धडपड आणि तिची विफलता याच्या वर्णनासाठी दिलेली एक काल्पनिक साधी कथा ४० ओव्या घेऊन बसते अशा प्रकारचीं वर्णनें क्वचित् कंटाळवाणीहि वाटतात परंतु त्यात महजतेचा ओघ असल्याने मनुष्य वाचतांना आपोआप सरळपणे वहात जातो हेंच याच्या रचनेचे वैशिष्ट्य आहे गीतार्णवाचे संपूर्ण प्रकाशन झाल्यानें कितीतरी नवीन विषय आपल्यापुढें येतील आणि मराठी साहित्यात फार मोठी भर पडेल यात काहीं शंका नाही

गीतार्थबोधचंद्रिकेच्या चांदण्यात

गीतार्णवासारखी सव्वा लाख ओंव्याची प्रदीर्घ टीका गीतेवर लिहिल्यानंतर पुन्हा प्रस्तुतची 'चंद्रिका' टीका दासोपंतांनी का लिहिली असा एक सहज प्रश्न कुणाच्याहि मनात उभा राहील प्रस्तुत टीकेच्या प्रस्तावनेतच या प्रश्नाचे उत्तर त्यांनीं देऊन ठेविलेलें आहे 'मागा गीतार्णव रचिले । तें समुद्रचि होऊन ठेले । न वचे कवणा उल्लंघिले । शब्दार्णव ।। तो परमार्थु ज्ञानयोगें । उमगिता सहसा न उमगे । आणि लोकापेक्षा तेणें आनें । देखोनि प्रवर्तली ।। गीतार्थबोधचंद्रिका । आरंभिली हे लघुटीका । संतोषी करू लोका । श्रोतयांतें ।।' शब्दार्णवाचे सराईत पोहणार नेहमीच दुर्मिळ असावयाचे सामान्य समाजाला एवढी झेप घेणे कठीण आहे म्हणून त्याच्यासाठीं ही

लघुटीका रचण्यात आलेली आहे प्रस्तुत टीकेचा समारोप करीत असतानाहि पुन्हां हा प्रश्न त्यानी उपस्थित केला आहे 'मागा गीतार्णव सांगितले । तेथ काय होतें उरलें। जें पुढती आयास केले । म्हणती साधु ॥' या प्रश्नाचा उत्तरादाखल समारोपहि त्यानींच त्यापुढें केलेला आहे लोकापेक्षा हें तर पहिले कारण आहेच परंतु बोलून चालून समुद्रासारखी ती रचना ! प्रत्येक पद पदार्थाचा भाव आपल्या विवेचनात आलाच पाहिजे ही इच्छा आणि अपेक्षा असली तरी तसा तो आलाच असेल हां खात्री कोण देणार ? 'तरि पदाचा घेना अर्थु । गर्भिता तेथील परमार्थु । तोचि मतीनें निप्रातु । मागरु जाला ॥' गीतेंतील पदातून असलेला परमार्थ भाव दाखवीत असतानाच दासोपंत इतके रंगले कीं त्याना कसलेंहि भान राहिले नाही 'आनंदे करितां तेथ क्रीडन । आले असेल कैसे वचन । काय म्हणेल वैय्याकरण । यैसी शंका ॥' गीतार्णवात संयमाला थारा नाहीं धो धो आवाज करीत निघालेला वेदांत वैतरिणीचा तो प्रचंड पूर ! 'आलें वचन बोलैन' अशा सैलपणानें निर्माण झालेलें ते विवेचन अशा स्थितीत पदार्थाचे विवेचन केलें असलें तरी गीता–ग्रंथातील प्रत्येक पद पदांतराचा झाडा आणि विवेचन त्यात आलें असेलच याची दासोपंताना स्वतःलाहि खात्री नाहीं आणि म्हणूनच ही राहिलेली उणीव भरून काढण्यासाठीं ही लघुटीका त्यानी रचलेली आहे 'यालागिं पदार्थु नेटका । यैसी ते हे लघुटीका । गीतार्थ बोधचंद्रिका । नामें रचिली ॥' अनिर्बंध परमार्थ आणि वेदांत याची माहिती गीतार्णवात वाचावी परंतु 'गीतार्थ मात्रूचि पहाणें । तरी यिये टीकेते सेवणे । शक्ति अनुसार बोलणें । बोलिलो येथ ॥' अर्थात याही टीकेत वाचकाची संपूर्ण जिज्ञासा तृप्त होईलच असा अहंकार दासोपंताना नाही म्हणूनच त्यानीं सांगून टाकले आहे की 'यथामति हे प्रकल्पना । उत्तम टीका मानावी ना । नातरी सर्वज्ञत्वे गुणा । हेचि आणावी ॥' गीतार्णवातील वेदांताच्या अनिर्बंध लहरींनी निर्बुजलेला जिज्ञासु या टीकेंत गीतेचा भावार्थ यथार्थ रूपात पाहून संतुष्ट होईल अशी दासोपंताची रास्त आशा आहे

गीतार्णवात जितका संयमाचा अभाव तितकीच त्याची काळजी या टीकेत घेण्यात आली आहे नाहीतरी दासोपंताची लेखणी बहुप्रसव अशी आहे जिला ते लघुटीका म्हणतात ती गीतार्णवाच्या मानाने लघु असली तरी तिचीहि ओवीसंख्या सुमारें ८८८९ इतकी म्हणजे ज्ञानेश्वरीच्या बरोबरीने येते याहि टीकेसाठी त्यानीं 'परोपकाराचे सागर । साधु सर्वदा उदार । ते माझे वाकुडे उत्तर । सपादीतीलचि ॥' उदार वाच–काच्या संपादणीची मागणी केलेली आहे

प्रसंगोपात अनेक विषयाचे आणि परिस्थितीचें वर्णन हे दासोपंतासारख्या लेखकाला अपरिहार्य होऊन बसते प्रस्तुतची लघुटीकाहि याला अपवाद कशी असू शकेल ? ही पहा तत्कालीन आपन्न समाजाची परिस्थिति 'करावी सेवा व्याघ्राची । येसीया उग्र म्लेंछाची । मग तो मानी तें मानु तोचि । येर ते काय ॥ इतुकी बयसा

गेली । परि दर्भें पवित्रें नाही घातलीं । बहुसालें सिरें घेतलीं । चोरा पुडाची ॥ तेणें मानु राजद्वारी । मरनी आपुलेनि हातें वरी । येरू परमार्थ असक्रियावरी (?) । ठेवा परुता ॥ ' ही तत्कालीन समाजाची मनोवृत्ति आजच्या आपल्या समाजपुरुषालाहि किती चपखलपणे लागू पडते हें सागावयाला कशाला हवे ? परिस्थितीचा पालट झाल्यानें मनाचीं स्थित्यतरे चुटकीसरशी होत नसतात हेच खरें

दासोपताच्या काळीं मराठींत ज्या रचना होत त्याची ओझरती कल्पना ' अकीतिकर ' या पदाच्या व्याख्यानावरून आपणास यते ' तुझी अकीति बोल्ती । मग तयावरी प्रबध रचिती । का थोर थोर सागती । सानया पुढें ॥ तेहीं वृद्ध जाले । तेही आणीक अनुग्रहीले । तुझिये अकीर्ति केले । भाट नागरिक ॥ वार्ता, पदे उखाणें । प्रबध प्रसग जाणे ॥ ' अशा प्रकाराचा उल्लेख यात आलेला आहे ' ग्राम्य गायन विनोदु ' असा लोकवाङमयाचा उल्लेखहि गीतार्णवात आपणास पहावयाला सापडतो

प्रसगाचीं चित्रणेंहि बहारीची केलेलीं आपणास पहावयास मिळतात भारतीय वीराचा हा रणवेश तर पहा –

' सैन्यातें भारू समर्थ । आवेशें वीर समस्त । नृत्य करिती उपस्थित । देखोनि युद्ध ॥ जव जव नेटु पडे । तव तव वीरश्रीतें चढें । गर्जती वीर धनुर्वाडे । अपाडेसी ॥ एक ते दाविती आवाका । घेती पर्वतेसी थडका । थरथरा कापे भूमिका । ऐसे नें न मने ॥ एका पायी श्रीदावळी । एक ते देती आरोळी । उडाण करिती अतराळी उगेंचि यक ॥ उल्थू पाहती मेदिनी । सूर्यातें दाटिती नयनी । स्वतेजें तपती रणी । आपणचि जे ॥ एकने राय मुकुटाचे । कुचें मयूरपत्री एकाचे । एक न सुधे शकेचे । मान न धरिती ॥ एकाचे मोकळे कबर । एक नृत्य करिती वीर । उन्मत्त जाले समग्र । पीसाळले ॥ वाह हीम करिती । तो नादु न साहे यराप्रनी । अपूर्व काय द्विजमूर्ति । प्रवर्तले हे ॥ सजळ मेघ चालिले । की प्रळयाचे मान पावले । सहार कर्तेन प्रेरिले । पुरुष पाहे ॥ एकाची शस्त्रें झळकती । एक धारनी रमती । रविबिंब तया दीप्ती । झाकोळले हे ॥ आवेशें करिती पाउल । बोलती प्रतापाचे बोल । पुढें पुढें केवळ । पासी पावले ॥ '

दासोपत कर्मसन्यास मान्य करीत नाहीत त्याच्या मतें कर्म करीत रहाणें हेंच साधकाला काय आणि सिद्धाला काय दोघानाहि आवश्यक आहे सामान्य माणूस हा अधर्मी बनला तर तो भार आहेच ' कर्महीन जो नरु । त्याचा पृथ्वी मानी भारु । या कारणें पामरू । व्यर्थचि जिय ॥ यया कारणे तू कर्म करी । नियत विहित बरवया परी । कर्माची न पवे थोरी । अकर्म ते ॥ ' कर्म सोडून पृथ्वीला भारभूत होऊन जगणें हे मनुष्यप्राण्याला केंव्हाहि शोभा देणार नाहीं सामान्य माणसाने जशीं कर्मे करणें आवश्यक आहे तशीच तीं ज्ञान्यालाहि आवश्यक आहेत असे दासोपतांनी

स्पष्टपणे सांगितलेलें आहे ' यदि ह्यह् न वर्तेय ' या श्लोकावरील टीकेंत ते म्हणतात, ' वर्णाश्रम भगले । मनुष्य देह् भगले । ससार समुद्री बुडाले । चालते ताक ॥ साधन मार्गु मोडला । नं स्वर्गुही ओस पडिला । ह्यही लोकु बुडाला । नग्देहें वीण ॥ म्हणौनि कम न करिता । ह्या लोकु होईन उच्छेदिना ॥ ' या ठिकाणी त्यानी ज्ञानी माणसाच्या कर्माची ही जबाबदारी केवळ अवतार पुरुष श्रीकृष्णापुरतीच मर्यादित न ठेविता सर्वच मुक्त महताना नी शिस्त सांगितली आहे म्हणौनि मी कर्म करी । आणि ने घाली मुक्ताबरी । अर्जुना माझी पावनीं थोरी । तरी हें करावे ॥ ' ज्ञानी आणि मुक्त मनुष्यानें कर्म करावी असे दासोपताचे आवर्जून सागणें आहे सामान्य माणूस हा ' महाजनो येन गत स पथ ' अशा न्यायानें आपल्या भोंवतालीं पाहून वागत असतो आपले कुठें चुकत असेल तर तसे सुधारून घेतो त्याला अर तुम्ही म्हणू लागला की कर्मयोगु हा अनुत्कृष्टु ' आणि ' ज्ञानयोगु तो उत्कृष्टु ' तर त्याचा लाभ होण्या–ऐवजी तो सपशेल खड्डयात नाही का जाणार ? त्याचे चालू असलेलें साधन सुटेल आणि अधिकाराच्या अभावी ज्ञानसाधना त्याला पेलतां येणार नाही एवच ' इद च नास्ति पर न लभ्यते ' अशी त्याची त्रिशकूची अवस्था होईल म्हणूनच त्यानी पुन्हाहि बजाविलें आहे कीं, आचरण करूनी दाऊनी । कर्मची प्रेरावे तया लागूनी । हेचि करा ययाचि पासूनी । मुक्ति आहे ॥ ' कर्माचा असा आग्रह धरला तर निष्कर्मत्व कसें प्राप्त होईल ? कारण ज्ञानमार्गात निष्कर्मत्व प्राप्ती ही अवश्यक बाब आहे त्याचाहि खुलासा दासोपतानीं केलेला आहे ' कर्मापरसाव सुटणें । म्हणिजे कला कर्मी न लिपणें । न करणया ऐसे करणे । तें करणे नव्हे ॥ ' कर्मत्याग म्हणजे अकर्मत्व नव्हे ' कोरड वाहे मृगजळ । तैसे अकर्मेचि कर्म होत आहे । ऐसे मन ल्हाहे । तो भाग्याचा गा ॥ तैसे विषय भोगावे । तेथिचे रागद्वेष न धरावे । ज्ञानी जो नेणें करावे । इतुलेचि हे ॥ वाचूनि क्रियाचि साडावी । हे निष्ठा नव्हे बरवी । आपुली नियत ते करावी । यथा काळी ॥ ' येथपर्यंत श्रीकृष्णाच्या मताचा मतितार्थ सागून शेवटीं म्हणतात, ' आमुचें हेचि सागणे । जें आपुला स्वधर्मु न साडणें । तैसेनसी योगु करणे ब्रम्हज्ञानाचा ॥

विषयविवेचनाच्या ओघात दासोपत तल्लीन झालेले आपणास दिसतात कृष्णार्जुनाचा हा पावन सवाद जणु आपण प्रत्यक्ष एकत आहों अशा एकाग्रमतेनें तें यात रमतात आणि मग ' दक्षिण करे थापटितु । अर्जुना अर्जुना म्हणतु । सावधान सावधान म्हनतु । एसें म्हणे ॥ ' अशा प्रकारच्या स्वाभाविक वर्णनाच्या हृद्य छटा त्याच्या लेखणीवाटे आपोआप ओघळताना दिसू लागतात

गीतार्थाच्या विवेचनात श्लोकातील पद पदातराचा विचार तर त्यानी केलेला आहेच परंतु विशदीकरण करताना मूळात नसलेल्याहि गोष्टी ते स्पष्टीकरणासाठी सागतात दहाव्या अध्यायात विभूति वर्णन सालें असताना आणि गीतेंत आलेल्या सर्व विभूती सागून झाल्या असतानाहि आणखी स्पष्टीकरण करावें म्हणून त्यानीं पुढील विभूति

सांगितल्या आहेत, ' वर्णांमाजि श्वेतवर्णु । याती माजी ब्राह्मणु । पंडितामाजी सर्वज्ञु । ब्रह्मनिष्ठु मी ॥ पाषाणामाजी रत्न । धातूमाजीं कांचन । वस्त्रामाजीं तें जाण । देवांग तें मी ॥ तृणामाजी दर्भु वीरा । धारामाजी मेघधारा । ऐसिया विभूति अपारा । जाण प्रकारें येणें ॥

गीतार्णवातील वेदांत लहरींचे प्रचंड तांडव येथें नाही चंद्रिकेचा शीतल प्रकाशच येथें जाणवतो

चंद्रिका टीका अजूनहि एका वैशिष्ट्यानं आगळी अशी आहे गीतेचा श्लोक प्रारंभीं देऊन त्याखाली सरळ ओंव्यांना प्रारंभ केलेला नाही तर आधी त्या श्लोकावर संस्कृतमध्यें भाष्य दिलें आहे अर्थात् ते भाष्यहि दासोपंताचे स्वतःचेच आहे प्रतिपदीं झाडा घेण्यासाठी प्रत्येक पदाची फोड करण्यास त्यांना संस्कृत टीका सोयीची वाटली या टीकेची मर्यादाहि विवेचनाप्रमाणें कमीअधिक ठेविलेली आहे आणि या संस्कृत टीकेच्यानंतर मराठींतून ओवीबद्ध विवेचन केलेले आहे संस्कृतचे अभिमानी आणि मराठीचे प्रेमी या उभयतनाहि एकाच वेळी आणि एकाच ताटात दासोपंतानीं या वाङ्मयीन चंद्रिकाभोजनाची संधि आपल्या प्रस्तुत टीकेत आणून दिलेली आहे

दासोपंताचे रचनाप्रकार

गीतार्णवाच्या काठावर, गीतार्थबोधचंद्रिकेच्या शीतल प्रकाशात आपण काही काळ काढला दासोपंताच्या संपूर्ण ग्रंथाची अशाप्रकार ओळख करून घेता आली असती तर तें बरे झाले असते परंतु विस्तारभयास्तव आज तो विचार हाती घेता येत नाही मात्र दासोपंतानी आपल्या प्रचंड साहित्यात किती प्रकारानीं साहित्य-शारदेला आळविले आहे, हेहि पहाणें तितकेच महत्त्वाचें आहे त्यांच्या साहित्याचे ओझरतें दर्शन हा आमचा उद्देश असल्याने माहिती देताना संयमानेच लिहावे लागणार आहे म्हणून त्यांच्या इतर ग्रंथांच्या ऐवजी रचनाप्रकाराचे थोडक्यांत दर्शन घेऊ या

ओवीवृत्त दासोपंतानी सर्रास वापरलेले आहे मराठीच्या वैशिष्ट्याची ही ओंवी तिच्या बाळपणीच तिला पाळण्यात ऐकावयाला मिळालेली असल्यानें आणि तिच्या रचनेत लवचिकपणा अधिक असल्याने बहुतेक संतानी तिचाच उपयोग केलेला आहे दासोपंताची ओवी बहुतेक श्रीज्ञानेश्वराच्या धर्तीवर असलेली दिसते नाथांची चार चरणी ओंवी क्वचित् मधूनच डोकावतांना दिसली तरी सामान्यत ते साडेतीन चरणी ओंवीचेच लेखन करताना दिसतात

ओंवीखेरीज दासोपंताची पदपदांतरासारखी जातिवृत्तातील रचनाहि अशीच भरपूर आहे सव्वा लाख पदार्णव अशी त्यांची प्रसिद्धि आहे अर्थात् सर्वच पदें आज उपलब्ध नसली तरी २० ते ३० हजारापर्यंत ही रचना आजहि आपणास मोजता येते

मराठी साहित्यात आपण जेव्हा लोकवाङ्मयाचा मागोवा घेतों तेव्हां त्यात भारुडें आणि तत्सम रचना आपणास दिसते श्रीएकनाथानीं वैशिष्टयपूर्ण भारुडें रचिली आणि गवळिणी गायिल्या हे आपणास ठाऊक आहे त्याचेच समकालीन श्रीदासोपतहि या प्रकारात मागें नाहीत जुन्या काळीं देवदेवताच्या उत्सवात ललितें करण्यात येत त्या वेळी अनेक सोंगें घेत असताना त्याच्यासाठी या रचना प्रामुख्याने करण्यात येत असत दासोपतानी आपल्या वाङमयांत याही दृष्टीने रचना करून संप्रदायाला शोभा आणली आहे पदार्णवातील अनेक पदें आपणास नाथाच्या गवळणीची आठवण करून देताना दिसतात नाथानी जितक्या प्रकारें ही रचना केली आहे तितक्याच प्रकाराने दासोपतानींहि हें दालन समृद्ध केलेले आहे हा पहा दासोपताचा गोंधळी —

मुखीनाम हातीं टाळी । दास नाचती गोंधळी रे ।।
तुम्ही श्रीदत्त म्हणारे । सर्व सांडूनी कल्पना रे ।।
दिगंबराचा गोंधळु । ब्रह्मानंदाचा सुकाळु रे ।।
यमावरूनी करुनी वाट । दास चालतसे धीट ।।
जा रे प सांगी यमराजा । दास पीटीतानी भुजा ।।
दिगंबराचा किंकरू । योग संग्राम झुंजारू ।।

दासोपताच्या बेदरकार बाण्याला साजसाच असा हा त्याचा गोंधळी आहे योगसंग्रामाचा झुंजार असा हा गोंधळी यमराजाला भुजा पिटून हाकारतो आणि त्याच्या छातीवर पाय देऊन पुढें जाण्याची धडाडी बाळगतो हा पहा एक डाक्या ठसक्यात डाक घालीत आहे —

प्रथम डाक नादविता नमन केले गणनाथा ।।
स्वामी सद्गुरु समर्था गुणातीता केवला
नमन सारजें अक्षते गुरुरूपें श्रीशंकरे
गहाणी गाई आदरे प्रेमभारे डोल्तु
नमस्कारु भूतनाथा अभिवरदा अवधूता
तू बा सकलजगकर्ता विश्वपिता म्हणौनी
भैरव भूताचा गोसावी गुरु हस्तु नमिला जीवी
वदुनी मस्तकी अनुभवीं पावलों ।।

याच थाटात हा पहा त्याचा बाळसंतोष आपणापुढें येतो याचे अस्सल मराठी-पण कुणाला सांगावयाला कशाला पाहिजे ?

आम्हा सर्वं सर्व देशी । तापससार नीवसी ।।
आलों श्रीदत्त सभसी । बावा बाळसंतोष ।।

आम्ही धर्माच लेकरू । बाबा बाळसतोष ।।
आम्ही पुण्याच लेकरू । बाबा बाळसतोष ।।
उपदशाचा कानवला । न फाडिता रस आला ।।
यती तात्काळ डोल । बाबा बाळसतोष ।।
न खडविना खडिली । जीव शिवेवीण सावली ।।
देगा मयती काचोळी । बाबा बाळसतोष ।।
जीर्ण स्वरूपाचा शाला । देगा राजापिराचा वहिला
मागे तो बाळ दुबळ । बाबा बाळ सतोष ।।
दिगबराचा सेवकु । सभेसी आला याचकु ।।
जाहला दिगबर रूपकु । बाबा बाळसतोष ।।

अशीं कितीं सोगें वर्णन करावी एकेकाचे एकेक पद द्यावे म्हटलें तरी स्वतत्र पुस्तक लिहावे लागेल यानीदाखल म्हणून ही दोन तीन सोगें आपण पाहिलो तेवढीं पुरेत कारण बोलून चालून पदार्णवाचें सशोधन आहे जे प्रत्यक्ष तलीम मोत्याची ओंजळ हाताशी येणार किती दाण्याची पहाणी करावी प्रत्यकाचा घाट आणि डौल मनमोहक आहे

दासोपतांचे नारायणपेठ तेलगणात आणि त्याचा राजकीय व्यवहार बेदरशी म्हणजे कानडीचा सीमाप्रात साहजिकच त्याना कानडी आणि तेलगी या दोन्ही भाषांचें ज्ञान आपोआपच मिळालेलें होतें स्वत मराठीचे खरे सेवक आणि त्याही भाषांचे ज्ञान असल्याकारणाने त्यानी कानडी व तेलगू भाषेतहि मराठी लोकवाङ्मयाचे नाद घुमविले आहेत एकदा एका विषयात मनुष्य रगला कीं त्याची वाणी सर्व मुखानें आपले आतरिक बोल बोलावयाला लागते हा पहा एक कानडी भाषेत श्रीदत्तात्रयाचा जोगवा मागत आहे —

जोगव बडूत श्रीदत्ता । वस्ती माडीदी मूळपवत्ता ।।
नवरात्री उत्साऊ बोबत्तु दीना । अनुसुया उदर दल्ली सत्त उदीना ।।
अभ्यग माडिदरू निर्जरू निधाना । महिमा दोऊद कळवरीशमना ।।
पचप्राणा माडिदरु आरती । पचप्राणा तत्व लुपान्त नीयसी ।।
बोबाळीं सीवाद निमगे मगळमूर्ति ।।
अत्रि अनुसूया तत्र पदलागे । कपिला सापत्नी ताईनीमागे ।।
श्याम वेडरु पुराण हेळिदाग । श्रीदिगबरु जोगव बडिदाग ।।

भाषा कानडी आहे परतु तिच्यावर मराठीचे सस्कार आहेतच भाषावैचित्र्य असले तरी विषय एकच दोन पात्रात एकच अन्न असल्याप्रमाणें कानडीतील हा जोगवा जसा मराठी वैशिष्ट्यानें मोहरलेला आहे तसाच कानडी भाषेच्या बलाधुरीण

मराठीची मायिक गुफण मौजेची वाटल्यावाचून रहात नाही सत विदग्धचे असतात अमुक भाषा त्याना मान्य आणि अमकी अमान्य असा भेद त्याच्यात नसतो याच न्यायानें दासोपतानी मराठी शारदेचा हा महाप्रसाद कानडीच्या ताटातहि ओगरिला आहे त्याचबरोबर, इकडे पहा ही तेलगी ताई आपल्या पदरातील एक रत्न दाखवीत आहे दासोपतानीच ते तिच्या ओटीत टाकले आहे —

त्रिविध तापमुबाधि चिद्घनमु । परम भयमु अपरपारा ।।
येगिचेदु यक्कड पोदु चूडेने श्रीदत्तु । कालमोक्किने य यमा ।।
दासाने सकुडा दिगबराचद्रचूना । पीया निगुडा निचुपवेइडा ।।

पुरदरदासाची कानडी आणि तिकण्णाची तेलगी या दोन भाषात दासोपतानी आपली आठवण ठेवून दिली असताना त तुलसीदास आणि सूरदासाच्या हिन्दीला कसें विसरतील? हिंदीच्या विशाल परिघाची त्याना जाणीव होती म्हणूनच त्यानी तिच्याहि ओटींत आपल्या शब्दरत्नाची ओंजळ टाकलेली आहे हे पहा, हे दोन डौलदार दाणे आणि त्याची तेजस्वी काति —

सुनरे गुनिया हमरी बात । धन जोबन बाऊ न आवे सगात ।।
किसकी दुनिया किसकी मवेसी । दिन दो रहेंगे फिर उठचले परदेसी ।।१
आयेभी ना रहेंगे गयेभी और आवे । मेरा मेरा कहे भूली हाथ झाड जावे ।।२
कहा भीम अर्जुन कृष्ण रावण साई । काई न छुपावत न भूलो मेरे भाई ।।३
दिगबर कथिया ऐक विचारा । उनके चरनोंपे हम दीये सरीरा ।।४

\+ \+ \+

धर्म कर्म ता पाई तुमकी दुराई । आसन मुद्रा जोग जुगत भी गयी ।।
हे राम आगी सब जगाये । श्रीदत्त के घर आवेरे ।।१
विभूती आस्नान की भरण भीख्या दीक्षा दत्त की मुद्राने ।।२
दिगबर का हम पथ चलाऊ । वधू तो ब्रह्म की विद्या रे ।।३

भारुडांची आणि पदांची ही वैशिष्टचपूर्ण रचना करीत असतानाच दासोपतानी याची अ… प्रकारहि हाताळलेला आहे उपदेशाचे वाण एकदा घेतल्यानतर ज्या ज्या एकदशि…ग्य वाटले त्या त्या मार्गाने त्यानी आपले कार्य केले आहे ही पहा, हे वधन…त्त आपल्या आधुनिक काव्यानहि आपण वदनाख्याविल वाचिलेल्या आहेतच साक्षा… नाहि यात कांहीतरी विशेष असा त्याचा दृष्टिकोन आपणास जाणवेल —

शेर खदिर सप्त गती धरलीस चदना रे ।।
अव… पाशी लसुण राशी असना कें गुण उरतील चदना रे ।।

अरे अरे अरे अरे अरे चरणार
कळवुगु अपता गाप्य च १ १ २ चरण ॥१॥
कर्वतु रुठाग नृष्णि गति १ ॥ ॥
हृदय कठिण पति पर्षण । दिगाग १०।१२॥
गुण सुळगी तणी प्रगति व १ २ ता ॥
घाळूनी दहनावरे पाप्यी थ २ ॥
दिगंबर वाचली २ धरी गुण गाण गा ॥

किती उतारे द्यावे? नुसते नगन्ने यांत १ भ्रष्ट भागांतील, दि ति ति
लागतील या वाङ्मयप्रकाराचे व्यक्तित्वाय २ आर अ आ ति ति त
तिलकेच हे प्रकार वेगवेगळे वाङ्मयांत परिचय यांत १ ००१ आर १ आ
यावेळा अधिक उतारे वेऊन गागा अ वियेगा गांत अथ गो दाग्नि
क्षारोचे हेहि दालन संपूर्ण यशस्वितेने आभाव ११ गा पात लगगे
गोप्र गुफलेले आहेत, देवलाच्या आग्रा म बिलेगा लेन ता आगा
त्याना सुलविले आहे किरहिणीच्या अवत रुम्यायी मा पा ते रेखी आर
भूपाळघा अळ खिलेगा आढेत परमाहस्याच्या विश्रांती तळा २ आग गए त
पाळणे ह्यालबून श्लोके दिसेले आहेत अभगाच्या शाळगागीन ततग गा
अलत प्रकार आहूत या रचनेचे।

ग्रम्यकार दासोपत विद्वत्तेच्या आणि अागायबवनांच्या ओघन्न
करतात तर कर्मयोगी भगवद्धून दासोपत बहजनसमाज्ञात शिग्न
कलाने परमेश्वराची आळवणी करितात हुच रुनात्र वैधिगन्य आर
असा विषय नाही आणि निबिद्ध अधा प्रकार नाही त्याच्या हानी पर
साहित्यप्रकाराचे सान व्हावे ही त्याच्या भगव२रवेची हगसाा। महिम्न

भगवद्भक्त दासोपत

श्रीमद्भगवद्गीतेच्या गौरवाचे दासोपत आणि ज्ञादेज्ज्ञमय र ।
ही दोन स्वरूपें आपण बघितलीं परंतु दासोपनाचे मूळ स्वरूप २
जीवननिष्ठा काय ? वदानाचे विवेचन कल्नाना अनर प्रथार्थे गाम
ओघ्यात कीळेने क्रीडा करणार द्विवेचनकार दासोपत १४ गाम
थराचे बारकाईने परीक्षण कळन मबतीता परमाथाची पर स्तग क २न
या दोन्ही स्वरूपात आपणास त्याच्या मूळ स्वाची ओळख पग्न ता
लोकरजनकार म्हणून आपण यांना अळखू गरू परतु मागापांगरी
पेक्षा वेगळी आहे मायस्वण्याचे अन ग्रहीत योगीश्वर गांगग हे भगाग
ह्याचे भक्त म्हणून आपण पहातों आयी आवीगून धग्बाग्न गान गागग

आपणास जसा प्रत्ययाला येतो तसाच दासोपंताच्या वाङ्मयाचा साकल्याने विचार केला असताना आपणास त्यांचा पिंड भक्ताचा असल्याचें दिसतें शास्त्रीय प्रमेयाची उकल करताना प्रत्ययाला येणारी त्यांची विवेचक बुद्धि ज्या वेळीं ईश्वरप्रेमाच्या प्रांतात पदार्पण करते त्या वेळीं त्यांचे खरेंखुरे अंतरंग आपणासमोर उघडें होते आणि खऱ्याखुऱ्या दासोपंतांचे दर्शन आपणास घडतें 'प्रेम दे मज प्रेम दे' अशी आवर्जून मागणी करणारे मन भक्ताचेंच असणार इतरांचे कसे असेल ? 'उत्तम लक्षणे कायें करु । तुझिया नामाचा जेणे विसरु । देवा नलगे ब्रह्मसाक्षात्कारु । नामवादिया माते ॥' (गी १५) परमार्थ साधनात ज्याप्रमाणे कर्मवाद, ज्ञानवाद भक्तिवाद ही मतें आणि मार्ग आहेत त्याचप्रमाणे दासोपंतांनी आपला 'नामवाद' हाहि विशेषत्वाने सांगितला आहे स्वत ला 'नामवादी' म्हणून त्यांनीं हा स्वतंत्र शब्द नवीन स्वरूपात पुढें आणलेला आपणास दिसतो आपल्या ईश्वरी प्रेमासाठी ते वाटेल ते करावयाला तयार आहेत अद्वैताच्या अनुभवाने जर भक्तिप्रेमाचा आणि नामाचा आनंद नाहीसा होणार असेल तर ते अशा ज्ञानाला आणि अनुभवाला दुरूनच नमस्कार करु इच्छितात.

तुझा नामस्मरण घोषु । तेणे नित्य जयातें उल्हासु । तया दासाचा मी दासु । अभिवरदा ॥ ज्याच्या हृदयी प्रेमरसु । तेणें पाल्हाइला सतोषु । ससार श्रमातें विनाशु । करुनी निववी ॥ तयाच्या द्वारी मी पडैन । झाडीन येणे मस्तकें आंगण । देवातें दुर्लभ म्हणौन । न ये आणिता ॥ तुझ्या ठायीं चित्र नुरे । ऐसे कें देखेन साकारे । तुझेनि रूप सुदर । सार्वकाळ ॥ तुझी प्रेम कीर्तन नवाळी । करिता निज-दास राउळी । पवित्रु होईन तिया धुळी । आंगावरी घेता ॥ तुझे श्रीपाद प्रक्षाळण । घेईन तीर्थ सजीवन । आणिका तीर्थांचो आण । वाइली असे ॥ मरणकाळीं निर्वाणी । माते नाठवो तुजवाचूनी । माझे मीपण तुझ्या चरणी । ज्ञान सामावो ॥

अत करणातील भगवत्प्रेम या ओव्यातून ओसंडून वहात आहे, हें आपणास दिसेल

गुरुचरणावर एकनिष्ठ आणि एकांतिक श्रद्धा असावयाला हवी आहे अद्वैताचा अनुभव आला 'वासुदेव सर्वमिति' असा प्रत्यय आला तरी तथाहि अवस्थेत गुरु तो गुरुच असतो त्याची योग्यता कमी होत नाही ज्ञानियाच्या राजाने ज्ञानेश्वरीचे गीतामंदिर उभारले, अमृताशी पैज मारली परंतु आपण 'निवृत्तिदासु' आहोंत याची अंतरंगात नेहमी जाणीव ठेवली ज्ञानप्राप्ती झाल्यानंतर देखील श्रीगुरूचे अपर एकदेशित्व अमान्य करता येत नाहीं सामान्याची गोष्ट सोडा मुक्तात्म्याला देखील हे बंधन आहेच इतकेंच नव्हे तर ते अपरिहार्य म्हणून पाळाव लागते सर्वात्मत्वाचा साक्षात्कार झाला म्हणून झाले काय ?

आपुलिया भर्तारातें । भजता पतिव्रता ते । व्यापकतेचेनि मतें । वैसे न म्हणे ॥ अवघेचि माझे भर्तार । का ययाची समानता सर्वत्र । हे जाणें पापाचें उत्तर ।

पतिव्रता जे ॥ का पिनमदनु येवाधा । अ।मरा [illegible] । [illegible] न बोले वचन ।। नैसाचि आगुरु [illegible] । [illegible] आचरित असता ।।

सर्वांग आपलेच असा या न कांहीं [illegible] प्रेम असतें परतु या आपलेपणातहि [illegible] पायच ' ह्मणौनी सद्गुरुची [illegible] । ते , जया [illegible] ॥ आम्हा । एकदेशित्व प्रिय ।। ' आणि म्हणतात [illegible] गुरूचें स्थान ' दहा अगुल, वरच [illegible] म्हणतात, ' सवत्र ऐवय म्हणौनी । वेश्या [illegible] जाणो । [illegible] नणाचिया ।। अहा व्यवहार मुद्रा मोडावी । [illegible] नसरे गावीं । सभाग्याचा ।। '

शक्तिप्रेमावाचून असलेली विद्वानाची विद्वत्ता [illegible] डागळलेली असते आपल्या विद्वत्तेचे माप [illegible] बहुलोकांची अपेक्षा असते व ही अपेक्षा सफल करण्यासाठी [illegible] प्रामाणिक बुद्धिहि सोडावी वाटणे [illegible] खोट्याची जादुगिरी सजविण्याचा त्यांचा [illegible] आत्मवचनेत त्याना काहीं विपरीतहि वाटे नसे हा ।

पडिता हेचि महता । आणि तया [illegible] असत्याचे सत्य ।। नाना युक्ति चाळिती । नाना [illegible] वितील । असत्या पुढा ।। येकाचे सत्यच मोडावे । [illegible] योग्यत्व भोगावे । राजसभेप्रति ।। ' तत्कालीन [illegible] ही प्रवृत्ति समाजात पावलोपावली अनुभवाला येत परंतु [illegible] आहेत त्यांच्या अत करणात ईश्वरी प्रेमाचा प्रवाह वहाता [illegible] आणि [illegible] लटपटपचीची त्याना चीड आहे मोक्षाची जिथ [illegible] मिजास कितीशी ? ' चूळ भरला समाधीचा । आचनठा [illegible] ॥ [illegible] ध्यान । वाचा श्रीदत्त म्हणाव ।। दिगबरी आम्ही [illegible] । दिग [illegible] बेदरकार आणि प्रामाणिक अशी त्याची व्यवहारी जाणीव आहे तेव्हा ह्यांनीची गणती कोणी करावयाची ?

नाशवत अशा प्रपचातील कसलीहि गोष्ट त्याना ईश्वरी प्रमाशी [illegible] येत नाही त्याबाबतीत त्यांच्याजवळ तडजोड नाही आणि [illegible] नाही

' तुझिया प्रेमाचा विसर । ऐसे भाग्य मी काय करू । [illegible] पुरे जाला ।। विशिष्ट अथवा समान । तुजहून एक आन । [illegible]

तुल्य ।। गुणाचा प्रताप आइकोनि । तेणें प्रेम पावैन । श्रेय पाह्योनी भजैन । तें नव्हे मी दासु ।। '

श्रेय हातीं येत असेल तर माझी भक्ति आहे नरतां नाही अशी देखील कामना जिथें नाहीं तिथें प्रेयासबंधी विचारच कशाला ? भक्ति हेंच साधन आणि साध्य ! अशा भावनेनें ही अंत करणें रंगलेली असतात

अपराध नेहमीं घडतात त्याबद्दल काय करावे ते ईश्वरानें ठरवावे आपण नेहमी 'क्षमस्व परमेश्वर ' अशी प्रार्थना करितों परंतु दासोपंताचे हळुवार अंत करण देवाला अपराधाची ' क्षमा कर ' असेंहि म्हणावयाला तयार नाही का ? तर ते म्हणतात, ' अपराधु क्षमा करणें । हें तूतें आज्ञा देणें । आय थोरपण घेसणे । माझा आगीं ।। नेणो म्हणे ताचि श्रेष्ठु । न णेंचि तो विधि उत्कृष्टु । जाणें मनें तो निकृष्टु । दडावा की ।। मी जाणतो देवा तूतें । हें माने येका अभक्ताते । म्हणौनि ऐंसिये मतीतें । आश्रयूचि नये ।। ' क्षमा कर ' अशी आज्ञा ईश्वराला करण्याचा आपणाला काय अधिकार आहे ? त्याची इच्छा जशी असेल तसें तो करील भक्तीची ही हळुवार भूमिका विलोभनीय नाहीं असें कोण म्हणेल ?

तुझी इच्छा ही सर्वतंत्र स्वतंत्र अशी आहे ' ती जें काहीं आमच्यावर आणील तें वरदानच आहे, आणि आम्ही त्यातच संतुष्ट आहो आमच्या मनाविरुद्धहि कांहीं घडले तरी तुझी इच्छा म्हणून आम्ही त्याचा तितक्याच आनंदाने आणि निष्ठेने सत्कार करू म्हणूनच ते एके ठिकाणीं म्हणतात '

' तुझा करिता आचारू । मोक्षु हो अथवा संसारू । तेथें नाही आदरू । माझिया ना ।। येणें मान्यता हो अमान्यता । अर्थु अनर्थु हो भलता । परंतु तुझा मार्गु तो थंथा । सांडणेचि नाहीं ।। तुजशीं समान का थोर । यैसे आइकताचि उत्तर । यया देहावरी धार । हाणैन खड्गाची ।। न वरी तरी नश्वर मेदिनी । सर्वांग पडो वन्ही । तरी हे नसंडी करणी । तुझिया दास्यत्वाची ।। स्त्रीपुत्रादि पदार्थ । आताचि नाशो हे समस्त । रोकडें शरीर येथ । पडता दिसो ।। प्रळयां यैसा आघातु । वरी पडो मेरु समस्तु । सूर्या यैसा दीप्तु । आगी जडो ।। सागरीं बुडताहि न सडी । व्याघ्रमुखीं पडो स्त्री । दंडू करिता कदडी । आग देईन ।। महादु खेही न चळणे । ऐसा तो निश्चयो ... णें । आता भाग्य प्रधाने विघ्ने । तें जैं पडती ।। सार्वभौम हो निर्वैर । श्रीचि ... प्ती अपार । परंतु तुजहूनि सार । तें मी न भजें ।। देवलोकींचा मी इंद्रु । जालों ... सूर्यचंद्रु । परंतु भक्तियोगु तोचि थोरू । सर्वदा भजें ।। हित जोडो तात्विक । परि नेघे आणिक । मानिती सकळ लोक । परि ते काय ।। '

परमेश्वरी प्रेम, परमेश्वरी भजन आणि त्याचेंच चिंतन हेंच अशा भक्ताचे सार... ...व असते दुसऱ्या कसल्याहि गोष्टीचें त्याना महत्त्व वाटत नाहीं सदाचारानें आणि

ईश्वरप्राप्ति नाहीं अशी खात्री पटूं द्या. आम्ही दुराचारी आणि अभक्तहि
शी दासोपंतांनीं देवाला खात्री दिलेली आहे

ज्या स्वरूपी प्रवेशणें । हें जें घडेल अभाजनें । तें तैंहि परी मनें । आश्रयीन ।।
[illegible]गील भाजना । तरि तेचि तुझी मी मागेना । ऐक्य पावल्या ही मना । निवडीन
तापेक्षी तुझी भेटी । जरी भक्ति तुटे ।।'

[illegible]रकमळाची अपेक्षा असेल तर तें माग. तात्काळ त्याचें अर्पण होईल कारण
प्रेमानंदाचें बळ । ऐसें आहे.' आणि म्हणूनच शेवटीं आत्मविश्वासानें तें
त,

[illegible]णतुल्य स्वर्गु जेणे । निर्गुणानंदाचें पुरें पारणें । मोक्षातें आणि उणें । हें
[illegible]मे ।।'

[illegible]सोपंतांच्या भक्तीची पायरी ही अशी वैशिष्ट्यपूर्ण आहे. ' न पाहे श्रोतयाचें
अशा बेदरकार मनोवृत्तीनें शारदेची पूजा करायला निघालेल्या या शारदा
[illegible]या अंतरंगात परमेश्वरी प्रेमाचा महापूर कसा दुथडी ओलांडून वहात आहे
[illegible] कल्पना आली असेल आत्मरंगीं रंगलेल्या अशा महाभागवताला
[illegible] टीकाकार [illegible] कर्तीबद्दल काय बोलतील याची विवचना
[illegible] वेळ कुठे आहे? [illegible] जेथें परतत्वाचें आहे तेथें [illegible]
[illegible] वाचा [illegible] ? 'प्रसन्न
[illegible] तरि [illegible] । [illegible] ?' [illegible]
परमेश्वराच्या [illegible] बहादुराच्या वाङमयांत मराठी मनाच्या
[illegible] हें काय सांगायला पाहिजे [illegible]
[illegible] आणि [illegible] आणी
[illegible]चें वाङमय इतर सर्व वाङमयांत वैशिष्ट्यानें उठून दिसतें तें अशा निस्पृही
[illegible]णेदार साहित्याचार्यांच्या लेखणीमुळेंच.

[illegible]त आणि ज्ञानेश्वर

[illegible]सोपंत जुन्या परंपरेचे व्यासंगी पंडित होते. त्यांचा मराठीचा अभिमान सर्व
[illegible]पलें साहित्य निर्माण करण्याच्या आधीं त्यांनीं पूर्वाचार्यांचा गाढ
[illegible]केलेला होता हें त्यांच्या ग्रंथांतील अनेक संदर्भांवरून स्पष्ट होतें. या
[illegible] झाल्यानंतर त्यांनीं श्रीज्ञानेश्वरांच्या [illegible]
[illegible] सहज लक्षांत येतें. गीतार्णव
[illegible] केली तरी त्यांच्या भा[illegible]
[illegible] वैशिष्ट्यें [illegible] आल्यावांचून रहात नाहींत ज्ञाने[illegible]
[illegible] आहेतच आणि खेरीज रचनासं[illegible]

देखील [illegible]
ज्ञानेश्वर[illegible]
ज्ञानेश्वरांच्या [illegible]
हीत [illegible] उदाहरणावरून [illegible]

–[illegible] (गी ८–[illegible]
–[illegible] (८–[illegible])
–[illegible] । [illegible]

–[illegible] (१–[illegible])
–[illegible] । न [illegible]
–[illegible] (१–[illegible])
–[illegible] । [illegible] (१–[illegible])
–धुरेचि वरे पायें घालणें (१–१४०२)
–इतुलेचि अपेक्षी मन । पासाव तुम्हां ।।
–यालागि असंत संताची । तुटी न करी (
–तरी अवधारी मातु ऐसी । जे लौकिकी
–मना आराणूक नाथी । तेणें सभ्रमें ।। (
–पृथ्वी येसणें पात्र (१५–१९७)
–ध्यानयोगी परी तो पार्था । जिंकोन आ

वरील शब्दपंक्ति आणि त्यांचा उपयोग य[illegible]
[illegible]प आहे कीं प्रथमदर्शनी त्या ज्ञानेश्वरांच्या
[illegible]सोपंत कर्तृत्व लक्षांत येणें कठीण आहे अशा
[illegible]सार भयास्तव अधिक उदाहरणांचा मोह आ[illegible]

ज्ञानेश्वरांचा हा ठसा केवळ शब्द आणि [illegible]
[illegible]घाशा बारकाईनें पाहिले असतां दोघांच्या
[illegible]ीं कितकीं सांपडतील—

–पुत्रस्नेहें मोहितु । (ज्ञा १–८५)
–पुत्र मोहें कवळितु । (गी च. १–१)
–मातरी असाध्य देखोनि व्याधी । अमृता
निरवधि । निवानीची ।।८६ (ज्ञा २)
–व्याधी परीक्षा करणें । ते भेषजे साधा[illegible]
निवृत्ती ।। ८६ (गी. २)

भक्तीनें ईश्वरप्राप्ति नाहीं अशी खात्री पटू द्या आम्ही दुराचारी आणि अभक्तहि
होऊ अशी दासोपतांनीं देवाला खात्री दिलेली आहे

तुझ्या स्वरूपीं प्रवेशणे। हें जैं घडेल अभजनें। तैं तेंहि परी मनें। आश्रयीन।
भेटी ग्राशील भजना। तरि तेचि तुझी मी मागेना। ऐक्य पावल्या ही मना। निवडीन
मी ॥ नापेक्षी तुझी भेटी। जरी भक्ति तुटे ॥'

शिरकमळाची अपेक्षा असेल तर तें माग तात्काळ त्याचे अर्पण होईल कार
'यया प्रेमानदाचे बळ। ऐसें आहे' आणि म्हणूनच शवटीं आत्मविश्वासाने
म्हणतात,

तृणतुल्य स्वर्गु जेणें। निर्गुणानदाचें पुरें पारणें। मोक्षातें आणि उणें।
सगुण प्रेम ॥'

दासोपतांच्या भक्तीची पायरी ही अशी वैशिष्टयपूर्ण आहे 'न पाहे श्रोतया
वदन' अशा बेदरकार मनोवृत्तीनें शारदेची पूजा करावयाला निघालेल्या या शार
भक्ताच्या अतरगात परमेश्वरी प्रेमाचा महापूर कसा दुथडी ओलांडून वहात अ
याची आपणास कल्पना आली असेल आत्मरगी रगलेल्या अशा महाभागवता
आपल्या साहित्याचे टीकाकार आपल्या कृतीबद्दल काय बोलतील याची विवच
करावयाला वेळ कुठें आहे? अखड ध्यान जेथें परतत्त्वाचे आहे तेथें साहित्या
कसोटीवर आपलें वाङमय बसतें कीं नाहीं याची दखल ध्यावी कुणी? 'प्र
झालासी तरि काय देसी। क्षोभलासी देवा तरि काय नसी?' असा ठणठणीत सव
प्रत्यक्ष परमेश्वराला करणाऱ्या या बालेघाटी बहाद्दराच्या वाङमयात मराठी मना
मानी परपरेचा खराखुरा साक्षात्कार आपणास होतो हे काय सांगावयाला पाहिज
अशाच त्यागी परपरेनें मराठीचा विरक्त ससार सजला आणि गाजलेला अ
मराठीचें वाङमय इतर सर्व वाङमयात वैशिष्टयानें उठून दिसतें तें अशा नि
आणि बाणेदार साहित्याचार्यांच्या लेखणीमुळेंच

दासोपंत आणि ज्ञानेश्वर

दासोपंत जुन्या परपरेचे व्यासगी पडित होते त्याचा मराठीचा अभिमान सर्व
आहे आपलें साहित्य निर्माण करण्याच्या आधीं त्यानी पूर्वाचार्यांचा गाढ ण
करून घेतलेला होता हें त्याच्या ग्रथातील अनेक सदर्भावरून स्पष्ट होतें या प्रा
व्यासगाला भाषेची मर्यादा नव्हती सस्कृतचें वाचन झाल्यानतर त्यानीं श्रीज्ञानेश्व
चाहि सखोल अभ्यास केला होता हें आपणास सहज लक्षात येतें. गीतार्णव
गीतार्थबोधचद्रिका या दोन टीकाची वरवर पहाणी केली तरी त्याच्या भा
ज्ञानेश्वराचीं वैशिष्टयें चटकन आपल्या लक्षात आल्यावाचून रहात नाहींत ज्ञानें
शब्दविशेष तर त्यानीं यशस्वीपणे हाताळलेले आहेतच आणि खेरीज रचनसब

श्रीदासोपंताचे पासोडींतील हस्ताक्षर

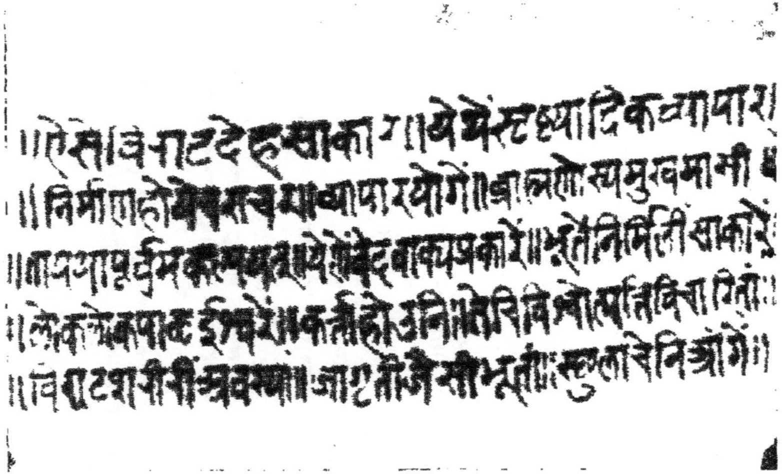

देखील त्याच्याच पद्धतीचा आविष्कार साधलेला आहे दासोपताची ओवी सामान्यत ज्ञानेश्वराप्रमाणेंच साडेतीन चरणी आहे ही गोष्ट देखील याचेच द्योतक आहे ज्ञानेश्वराच्या प्रासादिक वाणीचा दासोपताच्या गीताटीकावर किती परिणाम झाला होता हें खालील काहीं उदाहरणावरून आपल्या ध्यान‍ात येईल —

–जी तुमचे महिमान न कळे (गी ८–३११)
–हे भाष माझी (८–१२३)
–स्वयुक्ती पाडें मी बोलैन । तुम्ही जाणते सर्वज्ञ । आत्मप्रकाशं घेऊन । रूप करणें ॥ (८–४१०)
–अभ्यासु कीरु असाचु (८–४८१)
–आंगवणेचिया लाठिवा । न पाहे क्षत्रिया मर्वी ॥ (१–४०१)
–सैन्यातें धिवसा होआवा (१–७५६)
–मोठा शखु । वाइला भीमें (१–१०९९)
–धुरेचि वरे घाये घालणें (१–१४०२)
–इतुलेचि अपेक्षी मन । पासाव तुम्हा ॥ (१–१४१९)
–यालागि असत सताची । तुटी न करी (२–५४४)
–तरी अवधारी मातु ऐसी । जे लौकिकी अनारिसी (२–६८८)
–मना आराणूक नाथी । तेणें सभ्रमें ॥ (२–५३९३)
–पृथ्वी येसणें पात्र (१५–१९७)
–ध्यानयोगी परी तो पार्थी । जिकोन आरायिला चित्ता (गी च १२–२८४)

वरील शब्दपक्ति आणि त्याचा उपयोग यावर ज्ञानेश्वराच्या वळणाची इतकी ष्प आहे कीं प्रथमदर्शनी त्या ज्ञानेश्वराच्याच वाटतात सागितल्यावाचून त्याचे ोपत कर्तृत्व लक्षात यणें कठीण आहे अशा अनेक ओव्या आपणास आढळतात. तार भयास्तव अधिक उदाहरणाचा मोह आवरणें भाग आहे.

ज्ञानेश्वराचा हा ठसा केवळ शब्द आणि प्रयोग एवढ्यापुरताच मर्यादित नाही ढघाशा बारकाईनें पाहिलें असता दोघाच्या कल्पनासाम्याची स्थळेंहि आपणास वीं तितकीं सापडतील —

–पुत्रस्नेहें मोहितु । (ज्ञा १–८५)
–पुत्र मोहे कवळितु । (गी च १–१)
–नातरी असाध्य देखोनि व्याधी । अमृता सम दिव्य औषधी । वैद्य सूची निरवधि । निदानीची ॥८६ (ज्ञा २)
व्याधी परीक्षा करणे । ते भेषजे साधारणें । मग योजावीं रसायने । तये रोग निवृत्ती ॥ ८६ (गी २)

–लाहानें ताहानची पियावी । भूकेलिया भूकची खावी ॥ (ज्ञा १२–६३)
क्षुधेनें क्षुधाचि भक्षावी । तृषनें तृषा प्राशावी ॥ (गी १२–२१०)

–वायूसी येके ठायी । बिढार जैसे नाही । तैसा न धरीच केंही । आश्रयो जो ॥ (ज्ञा १२–२११)

येके स्थानी न करी वासु । अर्जुना दीडही दिवसु । पवनु जैसा उदासु । सर्वत्र विचरे ॥ (गी १२–९२९)

–एरव्ही तरी माझिया भक्ता । आणि संसाराची चिंता । काय समर्थाची कांता कोरान्न मागे ॥ (ज्ञा १२–८५)

तुझा जालयाहीवरी । अभक्तु तो जो चिंता करी । जैसी समर्थाची अतुरी । दरिद्र नेणें ॥ (गी १५–२९)

समर्थांची जे स्त्री । आणिकाते पदर पसरी । तै तेणें संसारीं । कासया जीजे ॥ (गी च ९–४१३)

वरील कल्पनासाम्य वाचकाना वेगळें विशद करण्याची आवश्यकता नाहीं श्रीएकनाथानीं ज्ञानेश्वरीचें संशोधनच केलेले असल्यानें त्यांच्या रचनेंत ज्ञानेशाच्या शब्द आणि कल्पनाची पखरण असणे स्वाभाविकहि आहे परंतु श्रीदासोपंतांसारख्या आत्मसंतुष्ट महापुरुषानें देखील ज्ञानेश्वरीचा इतका सखोल व्यासंग करावा ही गोष्ट लक्षांत ठेवण्यासारखी आहे लेखणी हातीं घ्यावयाच्या आधीं लेखकाला किंवा कवीला किती चौफेर अभ्यासाची आवश्यकता असते हें यावरून सहज सिद्ध होते, ‘ स्वमती चालिला अर्थु ’ असे लिहिताना त्या मतीवर किती प्रकारचे अभ्यास आणि संस्कार व्हावे लागतात हें येथें पहाण्यासारखें आहे

मराठवाड्यांतील भाषाविशेष आणि दासोपंत

अभ्यासाच्या दृष्टीनें दासोपंतानीं पूर्वसूरींचा किती व्यासंग केला होता हें पाहिल्यानंतर साहजिकच मनांत एक कल्पना येते मूळ ठिकाण तेलंगणात असूनहि ज्यांनीं अंबेजोगाईसारख्या मराठीच्या आदिस्थानांत निवास केला, त्या दासोपंतांच्या वाङ्मयात, त्याचा ‘मराठवाडा’ कितपत उतरला आहे मराठवाड्याच्या बोल[illegible] आजहि प्राचीन मराठीचे काही विशेष जतन केले आहेत त्यातील का[illegible] उच्चार आणि वाक्प्रचार आजच्या आमच्या ग्रंथलेखनात आम्ही अशुद्ध म्हणत तथापि मराठवाड्याचें हें वैशिष्ट्य दासोपंतांच्या वाङ्मयांत कसे उतरलें आहे पहाणें मौजेचें आहे या दृष्टीनें आगदीं वरवर पाहिले असताना आपणांस असे दिस[illegible] कीं दासोपंतांच्या चोखंदळ पंडिती दृष्टीलाहि मराठवाड्याचें हें वैशिष्ट्य टाळणें वाटलें नाही त्यानीं त्याची आवर्जून जपणूक केलेली आहे.

–कापसि फळ वावरी । दृष्टी पडिलें ॥
–कीटणाचें लेणें । अतरीं जैसे ॥
–सातही अर्घ्ये सपले ॥
–पुरुजितु वीस टणकु ॥
–अरिवर्ग कुळदीपनु । तावी स्वतेजें ॥
–जेंही मजकारणें घडें । आपुली वीधलीं ॥
–श्रवणी साचल आइकती ॥
–आणि मुडका न मिळे बाहेरी ।
–दृष्टीचेनि झावळपणें । अनुभवा यें ॥
–टप करूनी मोडी घडी ॥
–हिरवी तरडी प्रचडु । तादळा हो ॥
–झाजड झांजड उजडले ॥
–घर ना ठावो स्वभावो । सुनाट डौर ॥
–वहाद्ळी माजी घाली । तया मनातें ॥
–हृदयीं सर्वदा धुपधुपितु ॥
–जैसे भिंतीवरी लिहिलें ॥

दासोपतांच्या प्रकाशित अशा थोड्याशा रचनेतहि अशा प्रकारचे कैक भाषा आणि शब्दविशेष आपणास सापडतात याचा वापर आजहि मराठवाड्यात सर्रास होत असतो परतु आमच्या सुधारलेल्या ग्रथभाषेला या शब्दाच्या अर्थछटाचें यथार्थ ज्ञान नसल्यानें आम्ही त्याना खड्याप्रमाणे वेचून बाजूला करतों

दासोपताच्या अभ्यासक्षेत्रांत कोणत्याहि भाषेला मज्जाव नव्हता सस्कृत आणि राठी याखेरीज कानडी आणि तेलगी या भाषाहि त्यांनीं अभ्यासलेल्या होत्या असें पणास म्हणता यंतें ‘ शाब्दीक तन्ही ब्रह्मज्ञान । श्रेष्ठ या अभ्यासाहून । कानडे हाराष्ट्र तेलगण । भलयते हो ॥ ’ (गी च १२–२४८) कणाकणानी ज्ञानाची णी मिळेल तेथून करावी लागते याचे दासोपत हें मोठें उदाहरण आहे अनेक रच्या क्षेत्रातून आपला व्यासग चालू ठेवून जनतेच्या बोलभाषची ग्रथभाषेशीं वणी करून सुदर असा परिपाक त्यानी आपणापुढें ठेविलेला आहे दासोपताच्या मयातून ‘ मराठवाड्यातील मराठी ’ च्या अभ्यासकाना कितीतरी नवीन गोष्टी त येतील आणि भाषिक इतिहासाचें यथार्थ ज्ञान होईल हें सहज सिध्द आहे

पंत आणि संगीत

सस्कृत आणि प्राकृत अशा दर्शन ग्रथांशींच दासोपतांचा परिचय होता असें नसून त्यांना सगीतशास्त्राचीहि चागलीच माहिती होती असे आपणास म्हणावें लागतें

सामान्यत दहापाच चाली, ५।२५ वृत्तें यांचा परिचय कविकुळाला असतो परंतु अनेक रागात आवर्जून पद्यरचना करावयाची, याला संगीतशास्त्राचा परिचय निश्चितच आवश्यक आहे अशी रचना वरा गबाळ्याला साधेल असें वाटत नाहीं पदार्णवांत आलेल्या पदातून खालील रागाच्या पदाचा समावेश आहे

मल्हार, गौडी, व्याहाग, केदार, मालकस, भैरव, भूपाळी, रामकलि, बिभास, अहेरी, धवळ धनासरी, भिन्नपूर्वी, कल्याण, वसंत, तोडी, धनाश्री, धनाश्रीमूलतानी, कमल मल्हार, माल्गौड, काफी, गौडसारंग, कापडगौडी, वराडी, अशा कितीतरी रागातून त्यांनीं आपली पदें रचलेली आहेत संपूर्ण पदार्णव आज उपलब्धहि नाहीं परंतु दैवयोगाने तो सापडला तर कितीतरी नवीन नवीन रागाची रचना आपल्यापुढे येईल आणि दासोपंताच्या संगीत शास्त्राच्या व्यासंगावरहि पुष्कळच प्रकाश पडेल संगीतात स्वरज्ञानाचे महत्त्व फार आहे दासोपंत यांतहि तितकेच तयार आहेत स्वर आणि ताल याच्या तुलत्या मूळाधाराचीं त्यांनीं काहीं पदें बांधलेलीं आहेत

सासागम पाग माग मासा सासा गमा पाग माग माग मापा गमा पानि पानि सासा मागारि सानिसा गमपाससा सानिधाप मगारि पनिसा रिरि पसाध सनिधापमगारिसा ॥

तत्ताथडिकु थडि डिडिकु डिकुकु तदिगदा थो दिगदा। धिमिकिता धिमि धिमिकि धिमिकितो ॥ ढळगणधा धिणणा गिणण्णा ॥ ढळगणणा धिणा धिणा [illegible] गणणा गिणागिण ॥ तथारि थारि थारि ढिमिकि ढिढिमिकि धिमिकिटा ॥

ही लागजोड काय दाखविते ? वानगीदाखल एकेकच रचना येथें दि[illegible] अशा कितीतरी तालस्वराच्या रचना त्यांनीं केलेल्या आहेत साहित्य संगीत [illegible] या सर्वांगानें दासोपंत सिद्धहस्त होते, असें आपणास यावरून म्हणता येईल.

दासोपंतांची चित्रकला

पासोडीवर अनेक आकृति चितारल्यात आलेल्या आहेत साध्या [illegible]च्या कपाटाकृतींतसुद्धा दासोपंताची कलात्मक मांडणी आपणास जाणवल्यावाचून राहात नाहीं. विशेषत: कमानी, महिरपी, पासोडीच्या भोंवतीं काढलेली वेलबुट्टीची [illegible] या गोष्टींत त्यांचें हस्तकौशल्य निश्चित आहे परंतु त्याखरीज चित्रें म्हणून [illegible] काढल्या आहेत, उदाहरणार्थ, सर्प, हंस, दत्तमूर्ति, हातातील आयुधें, [illegible] अभिजात कलादृष्टि आपल्यापुढें येते. विशेषत. सळसळणारी सर्पाकृति [illegible] वळवळणारें वांक, दोन जिभा, फणा, डोळे यांचें चित्रण किंवा मूर्तीं[illegible] प्रमाणबद्धता, आंगांगात मजकूर लिहितानाहि इंद्रियांच्या यथायोग्यस्थानी[illegible]

घेतलेलें वळण, हातांत ज्या आयुधाचे चित्र असेल तें धरताना बोटाचे होणारें विशिष्ट वळण, नाक, डोळा आणि तोंड व हनुवटी याचा रेखीवपणा या गोष्टी पाहिल्या म्हणजे दासोपंत हे कसलेले चित्रकारहि होते असें आपणास म्हणावे लागतें पचकोशाचें आणि स्थूलादि देहाचे चित्र चितारताना योजनापूर्वक काढलेली हृदयाकृति, या गोष्टी सामान्य लेखकाला किंवा अभ्यासकाला जमण्यासारख्या नाहींत. दासोपंताचा हस्त हि या दृष्टीनें फार सुंदर आहे लाल रंगात जाड अशी रेषा देऊन या आकृति चितारण्यात दासोपंताचे कौशल्य आणि सराईतपण सहज दिसतें मजकूर लिहिताना तो इतका व्यवस्थित लिहिलेला आहे की आधी आकृति काढून घेतल्यानंतर त्याच्या भागात तो बसेल इतकाच रचण्यात यावा. अक्षराची खाचाखेंच किंवा गर्दी तेथें नाहीं मजकुराची कोंबाकोंबी त्यांत नाही. 'लिहिता लिहिता क्षणात योजूनी' अशा प्रकारची ती रचना केलेली असल्यानें आखीव आणि रेखीव अशी तिची मांडणी झालेली आहे आणि इतक्यावरहि आश्चर्य असें, की या सर्व कामाठीत खाडाखोडीला कोठेंच वाव नाहीं सर्व काहीं पुस्तो लिहिल्याप्रमाणें आकृति काढून मजकूर लिहिला किंवा मजकुरानंतर आकृति काढली हें कळण्याची देखील पंचाईत

अर्थात् दासोपंताच्या व्यासंगांत साहित्य, संगीत आणि कला याचे सुंदर संमेलन झालेंले आहे विशेषत त्याच्या पासोडींत हा त्रिवेणी संगम उत्कृष्टपणें आपल्या अनुभवाला येतो

पासोडी : स्वरूपदर्शन

पासोडीची रुंदी ४ फूट आणि लांबी ४० फूट आहे संपूर्ण कापडावर मजकूर लिहिलेला आहे मजकुराच्या चारहि बाजूस एक इंच रुंद अशी चौकट आखण्यात आली असून आत वेलबुट्टी काढलेली आहे संपूर्ण पासोडीभर ही चौकट आखलेली आहे कापडाचा मूळ रंग अर्थातच पांढरा असेल परंतु चारशें वर्षांच्या दीर्घकालानें आतां धुरकट आणि मळकट असा झालेला आहे आरंभी, मधून मधून आणि शेवटींहि बराचसा भाग फाटलेला आहे. मुळातच १३ विभाग करण्यात आलेले असून प्रत्येक विभागाची समाप्ति जाड अशा लाल रेषेनें करण्यात आलेली आहे अक्षराची शाई काळी आणि रेषाची शाई लाल, अशी उपयोगिण्यात आली आहे एकूण १३ विभागाच्या संबंधीची माहिती त्या त्या विभागाच्या प्रारंभी देण्यांत आलेली आहेच

…चीकरण–पांसोडीचा उल्लेख करीत असताना चरित्रकोशांत 'अडीच हात …डीवर लिहिलेलें' असें म्हटलें आहे पण ती वस्तुस्थिति नाहीं

…विरील मजकूर सामान्यत वाचता येतो कारण दासोपंताचे लेखन बोरूच्या …असून ठसठशीत आणि स्पष्ट असे आहे सामान्यत प्रत्येक अक्षराची

छभी अर्थ्या इत्यादतची आहे. अक्षराचा घाट आणि डौल वळणदार व घोटीव आहे जीर्णविदर्णमुळें आंखलेल्या सीमारेशा आणि क्वचित् अक्षरेंहि पुसट होत चालली आहेत आकृतींच्या रेषाहि अशाच अस्पष्ट झालेल्या आहेत परंतु बहुतेक ठिकाणीं मजकूर वाचता येतो ज्या ठिकाणीं पूर्ण फाटूनच झड झालेली आहे तेथें मात्र नाइलाज आहे पण असा भाग फार थोडा आहे

पंचीकरण

वेदांतविषयात पचींकरणाचें विवेचन आधिकवि मुकुंदराजापासून अनेकानीं केलेलें आहे आपापल्या ग्रंथात, ओघात आल्याप्रमाणें, हा विषय कमी अधिक प्रमाणांत सर्वांनींच हाताळला आहे काही कांहीं कवींनीं स्वतंत्र पंचीकरणेंहि लिहिलेली आहेत. परंतु पचीकरण हा स्वतंत्र विषय घेऊन इतक्या सूक्ष्मपणें आणि मोठ्या प्रमाणात या विषयाचें विवेचन मराठीं भाषेंत दासोपंताच्या वाचून इतरानीं केलेलें नाहीं मराठीच्या साहित्यांत दासोपंतांचें प्रस्तुत पचीकरण या दृष्टीनें अपूर्व असें आहे

पासोडीचें अपूर्वत्व

ऐतिहासिक आणि इतर अनेक प्राचीन अवशेषांत शिलालेख, ताम्रपट, नाणीं, खांबखांबावरील लेख क्वचित ताडपत्रें इत्यादिकांवरचे लेख अनेक आहेत. परंतु ४ फूट रुंद आणि ४० फूट लांब लिहिलेलें इतकें मोठें कापड जगांतील कोणत्याहि भाषेच्या भांडारांत असेल असें आढळत नाहीं. या दृष्टीनें, चारशें वर्षांपूर्वीचें हें मराठीचें महावस्त्र, मराठीच्याच नव्हे, तर अखिल भारताच्या प्राचीन वस्तुसंग्रहांत एकमेव म्हणूनच मानावें लागेल.

पासोडी कां लिहिली ?

दासोपंतानीं आपलें सर्व प्रदीर्घ लिखाण कागदावर लिहिलें आणि या पंचीकरणा-साठीं मात्र कापडाचा उपयोग केला असें का ? अशी एक शंका मनांत आल्यावाचून राहात नाहीं लक्षावधि संख्येचा गीतार्णव आणि पदार्णव कागदावर आल्यावर पंचीकरणासाठीं मात्र कागद अपुरा पडला या म्हणण्यात कांहीं अर्थ नाहीं १६०० ओंव्यासाठीं कागदाची टंचाई पडावी हें कारण होऊं शकत नाहीं अंबाजोगाईचे जहागिरदाराचे गुरु आणि आस्थेवाईक शिष्याचे मार्गदर्शक दासोपंत, यांनी कागदाच्या अभावी कापड वापरलें हें म्हणणें वस्तुस्थितीला धरून नाही

दासोपंतानीं पचीकरणासाठीं कापड का वापरलें याची कल्पना [illegible] घेतलें असता आपणास येऊ शकते नुसत्या विवेचनाने पचीकरण [illegible] तर दासोपंतानी १६०० ऐवजीं १६००० ओंव्याहि लिहिल्या असत्या. [illegible]

शक्य होतें परंतु दासोपंत हे नुसते उपदेशकच नव्हे, तर ह्याडाचे अभिजात शिक्षकहि होते आपलें विवेचन कपाटाकृतींनी स्पष्ट करावे, अनेक आकृतींच्या साह्याने त्याची फोड करावी ही कल्पना त्याना आल्यानंतर साहजिकच विवेचन आणि आकृति याची जांगजोड कागदावर करावयाची म्हणज कागद एकाला एक चिकटवून त्याची फार मोठी गुंडाळी करावी लागली असती शिवाय वाचावयाला आणि रक्षणाला तें अतिशय त्रासाचें झालें असतें नाही तरी कागदापेक्षां कापडाचें आयुष्य मुळातच अधिक असू शकतें या सर्व दृष्टींनीं त्यानीं कागदाऐवजीं ४० फूट लांबीच्या कापडा-वरच आपलें लेखन केलें आणि मराठी शारदेला आपल्या या अभिनव महावस्त्राची बहुमोल जोड करून दिली

नवीन पासोडी प्रत

मूळ पासोडी अतिशय जीर्ण झाली तिची झड भराभर होऊ लागली आज ना उद्यां हें बहुमोल वस्त्र नाहीसे होणार आणि आपल्या वैशिष्टयासुद्धा दासोपताची ही कलाकृति इतिहासातून नामशेष होणार, या विचारानें मुळाबरहुकूम पासोडीची नवीन पासोडीवरच प्रत उतरून काढण्यात आली नक्कल करावयाचें किचकट काम अतिशय जिकिरीचें आणि त्रासाचें. पण न थकतां आणि न कटाळतां प्रतलेखकानीं आकृति नि आकृति आणि अक्षर नि अक्षर अत्यंत आस्थवाईकपणानें नवीन पासोडी-वर लिहून घेतलें मात्र प्रत करतांना संशोधकाची दृष्टि नसल्यानें अक्षरवाटिकांचे वैशिष्टय, शब्दाचीं जुनीं रूपें, शुद्धलेखनाची काटेकोर दक्षता, या गोष्टी त्यांना सभाळतां आल्या नाहीत हा त्यांचा दोष नव्हे, पण ही उणीव जाणवते मात्र तरी देखील हें मान्य करावे लागेल की पासोडीची ही नवीन प्रत खरोखरीच परिश्रमपूर्वक आणि चिकाटीनेंच तयार करावी लागलेली आहे मूळ पासोडीवर ज्या अक्षरावर ओळ संपते आणि ज्या ठिकाणी जितक्या ओळी आहेत तेथें त्याच अक्षरावर ओळ संपवून तितक्याच ओळींत लेखन केलेलें आहे सर्व आकृति शक्य तों मुळाप्रमाणेंच काढण्यांत आल्या आहेत अक्षर दासोपंताइतके मोठें आणि ठसठशीत नसलें तरी सुवाच्य आणि सुंदर आहे मुळाइतक्या ओळी असूनहि, म्हणूनच, या नवीन पासोडीची लांबी ३४ फूट झालेली आहे. पासोडीच्या शेवटीं असा उल्लेख करण्यात आलेला आहे ' मूळ प्रतीवरून नक्कल करणार राम रंगनाथ कुळकर्णी मदतनीस शंकर विनायक चौसाळकर लेखनास प्रारंभ चैत्र शु १ शके १८६१ आणि समाप्ति ज्येष्ठ शु १५ शके १८६१ ' या निर्देशावरून अडीच महिन्यांच्या सतत परिश्रमानें ही नवी पासोडी तयार झालेली आहे

आज मूळ पासोडीवर नसलेला बराचसा मजकूर लेखन होत असताना मूळात होता असें दिसतें तरी क्वचित् काहीं ठिकाणीं या प्रतलेखकाना संभवनीयतेची संस्कृ[illegible] वी लागलेली आहेच काहीं का असेना या प्रतलेखनाचेंहि स्वतंत्र महत्त्व योना स[illegible] ययाला हवेंच यात काहीं शंका नाहीं

पासोडी कुणी लिहिली ?

दासोपंत आपल्या ग्रंथांत स्वतःचा उल्लेख ' दिगंबरानुचर ' असा करितात पदांत ' दिगंबर ' असें नांव देतात आणि मधून मधून ' दास ' अशा नावानें आत्मोल्लेख करतात. सबंध पासोडींत यांपैकी एकाहि नावाचा कुठें उल्लेख आलेला नाही. पासोडीचा शेवटचा भाग विशेषतः शेवटच्या नऊ ओळी या अर्ध्यावरच फाटून गेलेल्या असल्यानें कदाचित् तसा काहीं उल्लेख असल्यास आज त्याचा काहीं विचार करता येत नाही. अशा स्थितींत पासोडी कुणी लिहिली हा प्रश्न अनिर्णित राहील असें कुणाला वाटणें शक्य आहे. परंतु पासोडीची रचना, कल्पना आणि लेखन या गोष्टी जुन्या साहित्य-सेवकांत आणि विशेषतः दासोपंतपरंपरेंत एकटे दासोपंतच करू शकतात हें निर्विवाद आहे. देवघरीं दासोपंतांची दौलत म्हणून पासोडीचा परंपरेने सांभाळ होत आला आहे आणि ती अजून कुणी लिहिली असल्याबद्दल एखाद्या आख्यायिकेनें देखील संशयाला जागा दिलेली नाही. रोज दवू पैशाच्या वजनाची शाई आटविणारे आणि लक्षावधि रचनांची टीकेनें निर्मिति करणारे दासोपंतच पंचीकरणाच्या साध्या विषयाचा १६०० ओव्यांत विस्तार करू शकतात आणि पासोडीच्या पद्धतीनें एक नवीन कल्पना आपणा-पुढें ठेवू शकतात. इतरांचें तें काम नाही, ही गोष्ट निर्विवाद आहे. मराठी वाङ्मयाच्या लेखनांत, इतक्या चिकाटीनें अशा स्वरूपानें हें विवेचन करण्याचा कुणी असूंच शकत नाही.

दासोपंतांचें हस्ताक्षर

महाराष्ट्र सारस्वतकारांनी दासोपंतांचें हस्ताक्षर यापूर्वी प्रसिद्ध केलेलें आहे. दासोपंतांचें हस्ताक्षर आजहि अंबेजोगाईस पहावयाला मिळू शकतें. इतर हस्ताक्षरांच्या बद्दल शंका येऊ शकत असली तरी पासोडीवरील हस्ताक्षर हें निःसंशय दासोपंतांचेंच आहे. याबाबत कुणाला संशय यावयाचें कारण नाहीं. अक्षराचा थाट आणि डौल हा निःसंशय दासोपंतांचाच आहे. तसें पाहतां त्यांच्या अक्षरांचा ठसठशीतपणा हा सर्वप्रथम डोळ्यांत भरतो. पासोडींत काहीं ठिकाणी शोभ वगैरे लिहितांना त्यांनीं बारीक अक्षरहि काढलेलें आहे. परंतु त्याची ढब एकंदरपणें एकटाकी अशाच लेखनाची आहे. अर्थात् पासोडीवरील लेखन म्हणजे दासोपंतांचें अधिकृत हस्ताक्षर आहे, ही गोष्ट सूर्यप्रकाशाइतकी स्पष्ट आहे.

गीतार्णवाचे काहीं अध्याय दासोपंतांच्या हस्ताक्षरात आजहि उपलब्ध आहेत. यांपैकी १ ल्या अध्यायाच्या काहीं पृष्ठावर मध्येंच बाजूला सोडलेल्या जागेंत लिहिलेलें आहे ' सर्वज्ञगुरोर्लेखनमिद ' हे सर्वज्ञ गुरु म्हणजे दासोपंतच [illegible] हस्ताक्षरासंबंधीं आपणास निःशंक होता येतें. दासोपंतांचा अवतार [illegible] १७ वा ' सर्वज्ञावतार ' आहे आणि संरीज जेव्हा [illegible]

करण्याचा प्रसग येतो तेव्हा तेव्हा प्रतलेखक लिहितो, ' दासोपत सर्वज्ञ गुरु पदार्णव प्रारभ ' अशा रीतीनें, दासोपताचा सर्वज्ञगुरु म्हणून उल्लेख असल्याने आपणास दासोपताचे हस्ताक्षर निश्चितपणे जाणता येतें या सर्व प्रमाणानी पासोडीचे हस्ताक्षर श्रीदासोपताचेंच आहे ही गोष्ट निश्चितपणानें मान्य करावी लागते

दासोपताच्या चरित्र आणि वाङ्मयासबधी अगदीं त्रोटक स्वरूपात येथें विवेचन करण्यात आलेले आहे असे म्हणात की, दासोपत आपल्या लेखनशालेंत लेखनात गुतलेले असताना, श्रीएकनाथ त्यांच्या भेटीसाठीं आले आपल्या विषयाशीं तन्मय झालेल्या दासोपतांना, बाहेर कोण आलें आहे, याचीदेखील शुध्द नव्हती शेवटीं बऱ्याच वेळानें आपली लेखणी खाली ठेवल्यावर दासोपतांनीं नाथाना पाहिलें तो नाथ म्हणाले, ' आलेल्या अतिथीचा अवमान घडविणारी ही ग्रथरचना लोकप्रिय होणार नाहीं ' समजूत अशी आहे कीं, त्यामुळेंच दासोपताचें लेखन अप्रकाशित राहिलें बोलून चालून आख्यायिका आहे ही ! एकनाथासारखा शातिब्रह्म, सत्पुरुष, स्वतःला तिष्ठत उभें रहावें लागलें म्हणून अशी शापवाणी उच्चारील ही कल्पनाहि करवत नाही असो याप्रमाणेंच दुसराही एक समज आहे की, ' माझ्यामागें चारशे वर्षांनी माझ्या ग्रथाला मोल यईल ' असे दासोपत म्हणाले दोन्हीहि आख्यायिकाच परतु योगायोगानें त्या खऱ्या ठरल्या आहेत चारशें वर्षे सपलीं भारतात आणि त्याबरोबरच मराठवाड्यांत नवीन युगाची प्रभात उजाडली आताहि दासोपतांचें लिखाण अप्रसिद्ध राहिलें तर ते महाराष्ट्राचे दुर्दैव ठरणार आहे, हें मात्र निश्चित

मराठीच्या या नवकोट नारायणाची यापेक्षा अधिक माहिती आज तरी हाताशीं नाही हनुमतानें समुद्रोल्लंघन केलें पण त्याची लाबीरुदी त्यानें जाणली खोली जाणणें असेल तर पाताळापर्यंत सागर ढवळून काढणाऱ्या मदराचलालाच विचारणें भाग आहे त्याचप्रमाणें हा ओझरता परिचय रसिक अभ्यासकाच्या पुढें ठेविला आहे दासोपत साहित्यप्रकाशनाची ही सुपारी भक्तिभावानें मराठी मानकऱ्यांच्या सेवेंत सादर करून शेवटीं.—

परोपकाराचे सागर । साधु सर्वदा उदार
ते माझें बाकुडें उत्तर । सपादितीलचि ।। (गी प)

या दासोपंताच्याच शब्दांत महाराष्ट्राला हाकारून पाहतो

न शे. पोहनेरकर
संपादक